மர்ம மரணம்

அருள் பிரகாஷ்

Made with ♥ on the Notion Press Platform
www.notionpress.com

பொருளடக்கம்

1

அத்தியாயம் 01

இந்த பொண்ணு பேரு ப்ரீத்தி. இவளுக்கு வயசு 19, காலேஜ் செகண்ட் இயர் படிக்கிறா. அது ஒரு co education college

காலேஜ்ல இருக்கா இப்போ,staff ரூம் குள்ள இருக்கா. எல்லா proffessorsக்கும் சாக்லேட் குடுக்குறா. எல்லாருக்கும் கொடுத்துட்டு கடைசியா ஒரு proffessorக்கு
கொடுக்குறா.

proffessor to ப்ரீத்தி : என்ன மா பர்த்டே வா, ஹாப்பி பர்த்டே.

ப்ரீத்தி : தேங்க்ஸ் சார், ஷீலா மேடம் இல்ல.

proffessor : இல்ல மா.

ப்ரீத்தி : அவங்க கிட்ட சாக்லேட் கொடுத்துருங்க சார்.

proffessor : நான் அவங்க கிட்ட பேச மாட்டேன் மா.

ப்ரீத்தி: சார் டெய்லி அவங்கள பிக்கப் பண்ணி மயிலாப்பூர் வழியா ஒரே பைக்ல வரரத நிறைய வாட்டி பாத்து இருக்கேன், காலேஜ் கிட்ட வரும் போது ஷீலா மேடம இறக்கி விட்டுடுவீங்க, அவங்க நடந்து வருவாங்க.

proffessor : ஓ உனக்கு தெரியுமா அந்த விஷயம்.

ப்ரீத்தி : காலேஜ்க்கே தெரியும் சார் உங்க லவ்ஸ்.

proffessor : தகவலுக்கு நன்றி மாஸ் girl.

ப்ரீத்தி : சார் இந்த பேரு உங்களுக்கு எப்படி தெரியும்.

proffessor : காலேஜ்க்கே தெரியும்போது எனக்கு தெரியாதா.

ப்ரீத்தி கிட்ட ரகுனு ஒரு பையன் பேசுறான்.

ரகு to ப்ரீத்தி : மாஸ் girl.

ப்ரீத்தி : என்ன டா. யார் நீ.

ரகு : என் பேரு ரகு, நான் first இயர் படிக்கிறேன், நேத்து ஒரு third இயர் பையன அடிச்சிட்டேன். இன்னைக்கு third இயர் பசங்க என்ன அடிக்கறதா இருக்காங்க, நீங்க தான் என்ன காப்பாத்தணும்.

ப்ரீத்தி : அத ஏன் டா என் கிட்ட சொல்ற.

ரகு : நீங்க தான் இந்த காலேஜோட மாஸ். உங்களுக்கு தான் இந்த காலேஜ்ல எல்லாரும் பழக்கம். நீங்க சொன்னா சீனியர்ஸ் கேட்டுப்பாங்கனு சொன்னாங்க.

ப்ரீத்தி : நீ ஏன் சண்டை போட்ட.

ரகு : என் ஆள சீனியர்ஸ் கலாய்ச்சங்க.

ப்ரீத்தி : எல்லார்க்கும் ஒரு ஆளு ஒன்னு இருக்கு டா. என்ன எல்லார்க்கும் தெரியும் தான் ஆனா சண்டை விஷயத்துள்ள என் பேச்சை

கேட்பாங்கலா பசங்கன்னு தெரியல, ஆன ட்ரை பண்றேன்.

ரகு : தேங்க்ஸ் மாஸ் girl.

ப்ரீத்தி : இப்போ கிளாஸ் கிளம்பு, பிரேக்ல உன்ன மீட் பண்றேன்.

ப்ரீத்தி,பிரேக்ல ரகுவ தேடுறா, அவன காணும்.

ஒரு மரத்துக்கு அடியில கும்பலா பசங்க வேடிக்க பாத்துட்டு இருக்-காங்க. ப்ரீத்தி அங்க போய் பாக்குறா ரகுவ நாலு பேரு அடிச்சிட்டு இருக்காங்க. ப்ரீத்தி போய் தடுக்குறா. அதுல ஒருத்தன் ப்ரீத்தி கிட்ட பேசுறான், அவன் சிவா.

ப்ரீத்தி : அவன அடிக்காத டா.

சிவா : ப்ரீத்தி அவன் என்ன பண்ணான்னு உனக்கு தெரியாது.

ப்ரீத்தி : தெரியும், அவன் ஆள நீ கலாச்சதுக்காக உன்ன அடிச்சான்

சிவா : நான் கலாச்சது என் சொந்த தங்கச்சிய டி, first இயர் சேர்ந்து இருக்கா நம்ம காலேஜ்.

ப்ரீத்தி : தங்கச்சியா.

சிவா : கலாச்சத்துக்காக என் தங்கச்சி முன்னாடியே என்ன அடிச்சிட்-டான், அசிங்கமா போச்சு.

ப்ரீத்தி : டேய் தப்பா புரிஞ்சிகிட்டான், விடு டா.

சிவா : அது மட்டும் இல்ல, அவன அடிக்க எனக்கு இன்னொரு கார-ணம் இருக்கு, அவன் என் தங்கச்சிய ஒன் சைடா லவ் வேற பன்றான்.

ப்ரீத்தி : டேய் உனக்கு காலேஜ்ல கடைசி வர்ஷம், அடுத்த வர்ஷம் உன் தங்கச்சிய இந்த ஒன் சைடு லவர் தான் பத்துரமா பாத்துப்பாங்க.

சிவா : ஒன்னு சைடு, டபுள் சைடு ஆகிடுச்சுனா.

ப்ரீத்தி : அவளுக்கும் புடிச்சு போச்சுனு freeya விட்டுட்டு போயிட்டே இருக்கணும்.

சிவா : உன்னால அவன மன்னிச்சு விடுறேன். ஆனா நல்லா சண்டை போடற மூடல வந்தோம், இப்படி வேஸ்ட் ஆக்கிட்டியே. பாய்ஸ் லாம் பீல் பண்ண போறாங்க.

ஒருத்தன் ஓடி வந்து, டேய் நம்ம காலேஜ் பசங்கள வேற காலேஜ் பசங்க அடிக்குறாங்க. சிவா குரூப் அத கேட்டு, அந்த காலேஜ் பசங்கள அடிக்க ஓடுறாங்க, ப்ரீத்தி சிவாவ கூப்புடுற.

சிவா : என்ன.

ப்ரீத்தி : நானும் வரட்டா.

சிவா : உன் மூஞ்ச பாத்து அந்த காலேஜ் பசங்க ஓடிட்டானாங்கனா, நாங்க யாரு கூட சண்டை போடுறது.

ப்ரீத்தி சிரிக்கிறா.

வேற டிபார்ட்மென்ட் பசங்க, ப்ரீத்திய பாக்க வராங்க.

ராம் to ப்ரீத்தி : என்ன மாஸ் girl, எங்க கிட்ட சொல்லவே இல்ல.

ப்ரீத்தி : என்ன டா சொல்லவே இல்ல.

ராம் : facebookல நாங்க பாத்துட்டோம்.

ப்ரீத்தி : என்ன டா பாத்தீங்க.

ராம் : இன்னைக்கு உன் பர்த்டேனு.

ப்ரீத்தி : அதுவா, ஆமா இன்னைக்கு தான் நான் பொறந்தேன்.

ராம் : சரி வா உனக்கு கேக் வாங்கி இருக்கேன், வெட்டுவோம்.

ப்ரீத்தி : போவோம்.

போய் கேக் வெட்றாங்க.

ராம் to ப்ரீத்தி : culturalsக்கு என்ன பிளான்.

ப்ரீத்தி : என்ன பிளான், எல்லா டான்ஸ், பாட்டு, ட்ராமானு எல்லாத்-துலயும் கலந்துக்கணும்.

ராம் : எங்க டிபார்ட்மென்ட் ட்ராமால நீ ஒரு ரோல் பண்ணா நல்ல இருக்கும்.

ப்ரீத்தி : டேய் எங்க டிபார்ட்மென்ட் கோச்சுக்கோம் டா.

ராம் : சரி உன் இஷ்டம்.

ப்ரீத்தி : அப்பறம் கேட்கணும்னு நினைச்சேன், அது என்ன டா கேக்ல ஹாப்பி பர்த்டே மாஸ் girlனு போட்டு இருக்கீங்க நீங்களும்.

ராம் : காலேஜ்ல எல்லார்க்கும் தெரிஞ்சா, அவங்க மாஸ் தான.

ப்ரீத்தி : எதோ கொஞ்ச பேருக்கும் தெரியும், அதுவும் first இயர் பசங்கள எனக்கு யாரையும் தெரில.

ராம் : உனக்கு தெரில,ஆனா அவங்களுக்கு தெரியும்.

ப்ரீத்தி : சரி அத விடு patrick காலேஜ் பசங்க கூட நம்ம காலேஜ் பசங்க சண்டை போட்டாங்களே என்னாச்சு.

ராம் : அதுவா அவங்க காலேஜ் பசங்க, உங்க காலேஜ் தலைவன கூட்டிட்டு வாங்க சிங்கிள்ஸ் செய்யலாம் சொன்னாங்க.

ப்ரீத்தி : நம்ம காலேஜ்ல யாரு டா தலைவன்.

ராம் : நம்ம காலேஜ்க்கு ஏது தலைவன் . தலைவி தான்.

ப்ரீத்தி: யார் அந்த தலைவி.

ராம் : நீங்க தான்.

ப்ரீத்தி : டேய் நான் எப்படி டா, ஒரு பையன் கூட சண்டை போடறது.

ராம் : உன் வெயிட் உனக்கு தெரியாது.

ப்ரீத்தி : தெரியும் டா 50 கிலோ, உங்க தலைவி பட்டமும் வேணாம் எனக்கு சண்டையும் வேணா.

ராம் : நீ தான் இந்த காலேஜ் மாஸ்னு சில ஆம்பள பசங்க குரூப் காண்டா இருக்கு உன் மேல.

ப்ரீத்தி : அதெல்லாம் எதிர்பாத்தது தான். பொண்ணுங்களுக்கும் சில குரூப்க்கு என்ன புடிக்கல. சில பேருக்கும் நம்மள புடிக்காம போக தான் செய்யும்,ஆனா நிறைய பேருக்கு நம்மள புடிக்குதுன்னு சந்தோஷம் தான் படனும்.

ராம் : சரி கிளம்புறோம், எதுனா கவனிச்சிட்டு போகரது.

ப்ரீத்தி : என்ன கவனிப்பு.

ராம் : கேக் லாம் செலவு பண்ணி வாங்கி இருக்கோம். தண்ணி வாங்க எதுனா amount தரறது.

ப்ரீத்தி : தண்ணிக்கு எதுக்கு டா காசு, அதோ கொழால வருது புடிச்சு குடி.

ராம் : சரக்கு ப்ரீத்தி சரக்கு.

ப்ரீத்தி : சரி. சாயங்காலம் வாங்கிக்கோ. ஓகே bye.

வீட்டுக்கு வந்துடுறா ப்ரீத்தி.

ப்ரீத்தி அப்பா, அவள கண்ண மூடி ஹாலுக்கு கூட்டிட்டு வராரு.

ப்ரீத்தி : அப்பா எதுக்கு கண்ணலாம் மூடுறீங்க, எனக்கு தெரியும் கேக் வெட்ட தான் போறோம்.

ப்ரீத்தி அப்பா : ஏன்மா நாங்கதான் surprise பண்ணலாம்னு கூட்டிட்டு வரோம், நீயும் தெரியாத மாறி வரலாம்ல.

ப்ரீத்தி : அப்பட்டமா தெரியுதே, நான் என்ன பண்றது.

ப்ரீத்தி அப்பா : சரி சரி கேக்க வெட்டு.

கேக் வெட்டி எல்லாரும் சாப்புடுறாங்க.

ப்ரீத்தி அம்மா : ஏண்டி எதோ புடுபுடுப்பு காரன் சத்தம் போல தெரியுது.

ப்ரீத்தி : நம்ம வீடு இல்ல மா, பக்கத்து வீடு போல தான் தெரியுது.

ப்ரீத்தி அம்மா : இல்ல டி நம்ம வீட்டு வாசல்ல தான் சத்தம் கேட்குற மாதிரி தெரியுது.

ப்ரீத்தி அம்மா வெளிய வாசல்ல வந்து நிக்குறாங்க.புடுப்புடுப்பு காரன் எதோ சொல்றான்.

புடுப்புடுப்பு காரன் : இந்த வீட்ல கெட்ட செய்தி ஒன்னு வரும்.

ப்ரீத்தி அம்மா பயந்து போயிடுறாங்க. போய் ப்ரீத்தி கிட்ட இந்த விஷ-யத்த சொல்றாங்க.

ப்ரீத்தி அம்மா : இப்டி சொல்றான் டி அந்த புடுப்புடுப்பு காரன்.

ப்ரீத்தி : இந்த காலத்துல இத லாம் போய் நம்பிட்டு இருக்கியே.

ப்ரீத்தி அம்மா : உங்க அப்பாக்கு வேற அடிக்கடி உடம்பு முடியாம போகுது, அதான் பயப்படுறேன்.

ப்ரீத்தி : அதெல்லாம் ஒன்னும் ஆகாது நீ விடு.

ப்ரீத்தி அம்மா : புடுப்புடுப்பு காரன் சொல்லிட்டு பாஸ்ட்டா போய்ட்டான் டி, இல்லன திட்டி விட்டுட்டு இருப்பேன்.

ப்ரீத்தி : நீ வருத்த படாத விடு.

2

அத்தியாயம் 02

ப்ரீத்தி அவளோட க்ளோஸ் friends, வர்ஷினி, ஜானகி , வினய், ஆகாஷ் கூட பேசிட்டு இருக்கா.

வினய் குண்டா இருப்பான்

ப்ரீத்தி to வினய் : டேய் மாப்ள.

வினய் : சொல்லுங்க மாமியாரே.

ப்ரீத்தி : டேய் ஆகாஷ் உன்ன மாப்ளனு கூப்ட்டா மட்டும் மாமான்னு திரும்ப கூப்புடற, நான் மாமியாரா.

வினய் : உன்னையும் ஆசையா மாமான்னு கூப்புடுறன், உன் friend ஆஷாவ மட்டும் எனக்கு லவ்வரா செட் பண்ணிவிடு.

ப்ரீத்தி : நீ என்ன மாமியார்னே கூப்பிடு பரவால.

வினய் : சரி என்ன விஷயம் எதுக்கு என்ன கூப்பிட்ட .

ப்ரீத்தி : டேய் மொதல்ல சோத்த கம்மி பண்ணு டா.

வினய் : இப்போ லாம் டிபன் மட்டும் தான் சாப்புடுறன், இட்லி தோசை.

ப்ரீத்தி : அப்பறம் ஏன் உடம்பு குறையில.

வினய் : தெரில பா வெறும் 25 இட்லி தான் காலைல சாப்பிடுறேன்.

ப்ரீத்தி : ரைட்டு விடு, ஏன் நீ ஸ்லிம்மா இருக்கேன்னு தெரிஞ்சுப்போச்சு.

வினய் : என்ன உருவ கேலி பண்றது எதுக்குனு தெரிஞ்சுக்கலாமா.

ப்ரீத்தி : சாதாரணமா உருவம் பெருசா இருக்கறவங்களுக்கு மூல சிறுசா இருக்கும்னு சொல்லுவாங்க. அது கரெக்டா தான் இருக்கு.

வினய் : என் மூல சைஸ எட்டி பாக்குற அளவுக்கு நான் என்ன பண்ணேன்.

ப்ரீத்தி : உன்ன மதிச்சு, நம்ம culturals போட போற நாடகத்துக்கு உன்ன ஸ்கிரிப்ட் எழுத சொன்னா நீ என்ன பண்ணி இருக்க.

வினய் : அதான் எழுதி நேத்தே குடுத்துட்டேனே.

ப்ரீத்தி : அத படிச்சேன், அதுல வில்லன், ஹீரோவ ஒரு இடத்துக்கு வர சொல்றான், அந்த இடத்தோட பேர டைரக்டடா சொல்லாம, ஒரு hint ஒன்னு கொடுக்குறான், அது என்ன hint னா முட்டையும் மோரும். அத ஹீரோ egmoreனு கண்டுபிடிச்சிடுறாரு.

வினய் : இந்த சீன் மட்டும் ஸ்டேஜ்ல வரட்டும். காலேஜ் பசங்க விசில் அடிச்சு கொண்டாடுவாங்க.

ப்ரீத்தி : டேய் குண்டு பயலே, நம்ம மதுர முத்து காமெடி பண்றோம்னு நம்மள ஓட்டுவாங்க டா.

வினய் : அப்படியா சொல்றா.

ப்ரீத்தி : இவன வச்சிக்கிட்டு, இதா நான் எழுதுன ஸ்கிரிப்ட் படிச்சு பாரு.

இப்போ ப்ரீத்தி,வர்ஷினி கூட பேசுறா. வர்ஷினி ப்ரீத்தி வீட்டுக்கிட்ட இருக்குற பொண்ணு, இப்போ first இயர் அவ காலேஜ்ல தான் படிக்-கிறா.

வர்ஷினி : ப்ரீத்தி, ரொம்ப நாளா உன்கிட்ட ஒன்னு கேட்கணும் நினைக்கிறன்.

ப்ரீத்தி : என்ன டி அது, மனசு குள்ள ஏன் வச்சிட்டு இருக்க, கக்கு.

வர்ஷினி : நீ எப்படி இந்த காலேஜ்ல மாஸ் ஆன, உன்ன எப்படி எல்-லாருக்கும் தெரியுது.

ப்ரீத்தி : அதுவா நீ தான் இந்த வர்ஷம் தான் காலேஜ்ல ஜாயின் பண்ணல, அதுனால தான் உனக்கு தெரியல. சொல்றேன், நம்ம காலேஜ் எப்போ மத்த காலேஜ் culturals போனாலும் ஒரு கப் கூட ஜெயிச்சது இல்ல. அது இந்த காலேஜ்க்கு வருத்தமா இருந்தாச்சு, அப்போ தான் நானும் நிஷானு இன்னொரு பொன்னும் கலந்துகிட்டு பாட்டு டான்ஸ், அது இதுனு 5 கப் ஜெயிச்சுட்டு வந்தோம். அப்பறம் காலேஜ் full ah என்ன தெரிஞ்சிடிச்சு.

வர்ஷினி : நீ சொல்றது ஓகே தான், ஆனா ஏன் உன் கூட ஜெயிச்ச நிஷான்ற பொன்னுக்கு அவ்ளோ மாஸ் கிடைக்கல.

ப்ரீத்தி : இது ஒரு நல்ல கேள்வி, ஆனா பதில் சிம்பிள் தான், அந்த பொண்ணுக்கு மத்த பசங்க கூட பேச விருப்பம் இல்ல, எனக்கு மத்த-வங்க கூட பேச விருப்பம்.அது மட்டும் இல்ல அந்த பொண்ணு நிஷா, தேவதை போல இருப்பா, நான் தேவாங்கு போல இருப்பேன்,ஆனாலும் இந்த காலேஜ் பசங்க என் friendship ah ரொம்ப மதிச்சாங்க.

வர்ஷினி : இதுல இருந்து என்ன தெரியுது, பசங்க அழக பாத்து பேச-மாட்டாங்க.

ப்ரீத்தி : கரெக்ட் தான் friendship னா அழக பாக்க மாட்டாங்க, லவ்னா அழகு ரொம்ப முக்கியம்.

வர்ஷினி : ஏன் அப்படி சொல்றிங்க.

ப்ரீத்தி : எனக்கு கிட்ட தட்ட இந்த காலேஜ்ல இருக்க பசங்க எல்லா-ரையும் தெரியும், ஆனா எவன னா லவ் லுக் விட்டனா, அவன் 20 நாள் என் கண்ணுல படவே மாட்டான், ஓடி ஒளிஞ்சுப்பான், அவளோ அழகா என்ன கடவுள் படைச்சி இருப்பான்.

வர்ஷினி : ப்ரீத்தி நீயும் அழகா தான் இருக்க.

ப்ரீத்தி : என் அழக பத்தி எனக்கு தெரியாதா.

வர்ஷினி : நான் என்ன சொல்ல வறேனா, நீ பாக்க நல்லா இல்லனு கூட வச்சிக்கோ, நிறைய ஜோடிகள் பாத்தனா, பொண்ணு அழகா இருந்தா பசங்க இருக்க மாட்டாங்க,பசங்க நல்லா இருந்த பொண்ணுங்க நல்லா இருக்க மாட்டாங்க. இது தான் வாழ்க்கை. அதனால உனக்கு ஒரு ஆணழகன் உறுதியா இருக்கான்.

இவங்க பேசிட்டு இருக்கும போதே ஆகாஷ் வரான்.

ஆகாஷ் to ப்ரீத்தி : ஹே ப்ரீத்தி.

ப்ரீத்தி : வா டா காலேஜ் handsome.

ஆகாஷ் : அட கலாய்காத மாஸ் girl

ப்ரீத்தி : உன் வெயிட் உனக்கு தெரியாது, உன் மேல நிறைய பேருக்கு கண்ணு.

ஆகாஷ் : அட ஜானகி முன்னாடி சொல்லிராத. இத வச்சி ஒரு சண்டை போடுவா.

ப்ரீத்தி : ஓகே ஓகே எங்க உன்னோட herione ஜானகிய காணோம்.

ஆகாஷ் : வந்துட்டே இருக்கா.

ப்ரீத்தி : ஆமா ஏன் டா நம்ம culturalsக்கு போடுற ட்ராமால நடிக்க மாட்டேன் சொல்லிட்ட.

ஆகாஷ் : ஒன்னும் இல்ல மாஸ் girl, interest இல்ல.

ப்ரீத்தி : இதோ ஜானகியே வந்துட்டா.

ஜானகி வந்துட்டா.

ப்ரீத்தி : நம்ம கிளாஸோட ஹீரோயின் வந்துட்டா.

ஜானகி : ஆமா மா, ஆனா நீ இந்த காலேஜ்க்கே ஹீரோயின், சாரி சாரி மாசு.

ப்ரீத்தி : ஆமா பா, மந்த்லி anniversary கொண்டாடுவீங்க, இந்த மந்த் கொண்டாடல, எங்களுக்கு ட்ரீட்டும் வரல.

ஜானகி : ஒரு வருஷமா லவ் பண்றோம்ல நான் பழைய காதலி ஆகிட்டோம்னு, anniversaryலாம் கொண்டாட மாற்றான்.

ஆகாஷ் பேசுறான்.

ஆகாஷ் : அதெல்லாம் ஒண்ணுமில்ல, நாளைக்கு surprise பண்ணலாம்னு நினைச்சேன், அதுக்குள்ள இந்த டாபிக் வந்துடுச்சு.

ஜானகி : ஓகே மாஸ் girl, நாங்க போய் ரெகார்ட் நோட் சப்மிட் பண்ணிட்டு வந்துடுறோம்.

ப்ரீத்திய பாக்க, அவங்க காலேஜ் proffessor கலிங்க மூர்த்தி வராரு.

கலிங்க மூர்த்தி : என்ன ப்ரீத்தி ஒரு வாரமா வீட்டுக்கே வரல.வாரத்துக்கு ஒரு தடவனாச்சும் வந்துடுவ

ப்ரீத்தி : கொஞ்சம் வேல சார், அது மட்டும் இல்லாம வீட்டுல பசங்க கூட சரக்கு அடிக்க போறீங்கனு நினைச்சேன்.

கலிங்க மூர்த்தி : வீட்டுல தனியா தான் சரக்கு அடிப்பேன், யாரையும் கூப்பிட மாட்டேன்னு தெரியாதா.

ப்ரீத்தி : ஓகே. ஒரு டவுட் உங்கள ஏன் மாஸ்டர் விஜய் போல, மாஸ்டர் மாஸ்டர்ன்னு கூப்பிடுறாங்க.

கலிங்க மூர்த்தி : எனக்கும் தெரியல பா.

ப்ரீத்தி : ஆனா உங்களுக்கும் மாஸ்டர் விஜயக்கும் சில ஒத்தும இருக்க, ஒரு difference உம் இருக்கு.

கலிங்க மூர்த்தி : என்னா ஒத்தும.

ப்ரீத்தி : ரெண்டு பேரையும் காலேஜ் ஸ்டுடென்ட்ஸ் மாஸ்டர்னு கூப்பிடுவாங்க.

கலிங்க மூர்த்தி : சரி, வேற.

ப்ரீத்தி : ரெண்டு பேரும் நல்லா குடிப்பாங்க.

கலிங்க மூர்த்தி : சரி difference என்ன.

ப்ரீத்தி : விஜய் அவர் சொந்த காசுல குடிப்பாரு, நீங்க காலேஜ் ஸ்டுடென்ட்ஸ் காசுல குடிப்பாங்க.

கலிங்க மூர்த்தி : ஐயோ அது பசங்களே வாங்கி கொடுக்கறது. அது விடு சில பசங்க என்னை ok னு கூப்பிடுறாங்க, அப்படினா என்ன

ப்ரீத்தி : சொன்ன வருத்த படுவீங்க.

கலிங்க மூர்த்தி : சொல்லு பரவால.

ப்ரீத்தி : ஓசி குடினு அர்த்தம்.

கலிங்க மூர்த்தி : இனி இந்த பசங்க கூட குடிக்கவே கூடாது.

ப்ரீத்தி : இனி பசங்க கூட குடிக்க போறது இல்லையா.

கலிங்க மூர்த்தி : இல்ல இனி ok னு கூப்பிடுற பசங்க கூட குடிக்க போறது இல்ல.

ப்ரீத்தி : நான் கூட எங்க திருந்திட்டீங்களோனு பார்த்தேன்.

கலிங்க மூர்த்தி : ஓகே மாஸ் girl, ஹாப்பி பர்த்டே. விஷ் பண்ண மறந்து இருப்பேன்.

ப்ரீத்தி : தேங்க்ஸ். ஆனா நீங்களுமா மாஸ் girl னு கூப்பிடுறிங்க.

கலிங்க மூர்த்தி : காலேஜ்க்கே நீதானாமா மாஸ்.

ப்ரீத்தி : என்ன சார் மாஸ் அத வச்சு எதுனா பிரயோஜனம் இருக்கா, ஒரு காலேஜ் எலெக்ஷன் கூட வைக்க மாற்றிங்க.வச்சா ஜெயிப்பேன்

கலிங்க மூர்த்தி : இப்ப தான் ஒரு விஷயம் எனக்கு ஞாபகம் வருது.நீ மாசா இருக்கறதுக்கும் ஒரு பிரயோஜனம் இருக்கு. இன்னிக்கு சாயுங்-

காலம் வீட்டுக்கு வா சொல்றேன்.

ப்ரீத்தி : சார் சஸ்பென்ஸ் வேணாம் இப்பவே சொல்லுங்க.

கலிங்க மூர்த்தி : இங்க சொல்ல முடியாது மா.

ப்ரீத்தி : சரி வீட்டுக்கு வரேன், வந்தா உங்க அம்மா வட சுட்டு தருவாங்கல அன்னிக்கு மாதிரி. என்ன னா உங்க மாஸ்டர் ஏன் 40 வயசு ஆகியும் கல்யாணம் பண்ண மாற்றான்னு உங்க அம்மா கேட்க சொல்வாங்க, அது பரவால.

கலிங்க மூர்த்தி : சரி வந்துடு, நான் கிளம்புறேன்.

ப்ரீத்தி காலேஜ்ல இருந்து வீட்டுக்கு கிளம்புலாம் போய்ட்டுஇருக்கும் போது ஆகாஷும், ஜானகியும் பேசிட்டு இருக்கறது பாக்குறா.கிட்ட போய் அவங்க என்ன ரொமான்ஸ் பன்றாங்கனு ஒட்டு கேட்குறா.

ஜானகி to ஆகாஷ் : டேய் ஏன் டா நீ culturals ட்ராமால நடிக்க மாட்டேன்னு சொன்ன.

ஆகாஷ் : first first ஹீரோவா நடிக்கிறேன், ஒரு மொக்க பீசு கூடவா நடிக்கறது. எதாவது அழகான பொண்ணு கூட தான் நடிப்பேன்.

ஜானகி : ப்ரீத்திய சொல்றியா.

ஆகாஷ் : ஆமா அந்த பேரழகிய தான் சொல்றேன்

ஜானகி சிரிக்கிறா.

இதெல்லாம் கேட்டு ப்ரீத்தி கண்ணுல மல மலனு தண்ணி.

3

அத்தியாயம் 03

ப்ரீத்தி காலேஜ்ல இருந்து வீட்டுக்கு போய், ஆகாஷ்க்கு மெசேஜ் பண்ரா.

ப்ரீத்தி to ஆகாஷ் : ஆகாஷ், நீ நம்ம போடற ட்ராமால, ஹீரோவா நடிக்க வேணாம், உனக்கு ஏத்த ஜோடி இல்ல நான், பாக்கவும் நல்லா இல்ல.

ஆகாஷ் : ஏன் பா அப்டி பேசுற.

ப்ரீத்தி : நான் ஏன் இப்டி பேசுறேன்னு உனக்கு தெரியல, சரி விடு.நம்ம friends ல நீ மட்டும் நடிக்கலைன்னா, நமக்குள்ள எதாவது பிரெச்சனைனு, மத்த பசங்க நினைப்பாங்க, அதனால உனக்காக ஒரு வேற ஒரு ரோல் எழுதுறேன், நடிப்பியா.

ஆகாஷ் : ஓகே நடிக்கிறேன்.

அன்னைக்கு சாயங்காலம், ப்ரீத்தி அவளோட காலேஜ் proffessor கலிங்க மூர்த்திய வீட்ல போய் பாக்குறா.

ப்ரீத்தி : என்ன சார், உங்க அம்மா டல்லா இருக்காங்க.

கலிங்க மூர்த்தி : அது ஒன்னும் இல்ல சாப்பாடுல உப்பு இல்லனு சண்டை போட்டேன்.

ப்ரீத்தி : சார் அவங்களுக்கும் வயசு ஆகுதுல, நீங்க ஒரு கல்யாணம் பண்ணிக்கோங்க.

கலிங்க மூர்த்தி : நீ ஆரமிச்சிட்டியா.

ப்ரீத்தி : ஆமா உங்களுக்கும் சரஸ்வதி மேடம்க்கும் லவ்ஸ்னு கேள்வி பட்டேன்.

கலிங்க மூர்த்தி : அதெல்லாம் ஒன்னும் இல்ல மா.

ப்ரீத்தி : எதாவது இருந்தா நல்லா இருக்கும். அவங்களும் divorce ஆகி தனியா தான் இருக்காங்க

கலிங்க மூர்த்தி : நான் உன்ன இங்க வர சொன்ன, விஷயத்துக்கு வரேன்.

ப்ரீத்தி : சொல்லுங்க சார்

கலிங்க மூர்த்தி : உனக்கு சம்பாரிக்க புடிக்குமா.

ப்ரீத்தி : யாருக்கு தான் புடிக்காது.

கலிங்க மூர்த்தி : நீ கேட்டல, காலேஜ்ல அவ்ளோ பேர தெரிஞ்சு என்ன பலன்னு.

ப்ரீத்தி : ஆமா.

கலிங்க மூர்த்தி : பலன் இருக்கு, ஒரு டிரஸ் ஷாப் owner என்ன காண்டாக்ட் பண்ணாரு, அவரு ஒரு டிரஸ் ஷாப் தொடங்கி இருக்கா-

ராம், அதுக்கு உன் காலேஜ் பசங்கள customer ah புடிக்கணும்னு சொன்னாரு.

ப்ரீத்தி : அதுக்கு நம்ம என்ன பண்றது.

கலிங்க மூர்த்தி : உனக்கு இருக்க மாஸ்க்கு, நீ சொன்னா நம்ம காலேஜ் பசங்க எல்லாம் அங்க டிரஸ் எடுப்பாங்க.

ப்ரீத்தி : சரி அதுல நமக்கு என்ன பலன்.

கலிங்க மூர்த்தி : உன் காலேஜ் பசங்க எடுக்குற ட்ரெஸ்ஸுக்கு உனக்கு ஒரு கமிஷன் வரும், நம்ம காலேஜ் பசங்க எல்லாம் டிரஸ் எடுத்தா உனக்கு எவளோ காசு வரும்னு பாரு. இது மூணு ஏரியால டிரஸ் ஷாப் வச்சு இருக்காங்க, அந்த ஏரியா காலேஜ் பசங்கள உன்ன மாதிரி மாசான ஆளுங்க வச்சி customer புடிக்குறாங்க.

ப்ரீத்தி : culturals முடிஞ்ச உடனே இத பத்தி காலேஜ் பசங்க கிட்ட பேசுறேன்.

ஜானகி ப்ரீத்திக்கு கால் பண்ரா.

ப்ரீத்தி : சொல்லு டி என்ன அதிசயமா கால் லாம் பண்ணி இருக்க.

ஜானகி : விஷயமா தான், நான் சூப்பர் சிங்கர் programme ல செலக்ட் ஆகி இருக்கேன்னு தெரியும்ல.

ப்ரீத்தி : ஆமா தெரியும்.

ஜானகி : இப்ப அதுனால ஒரு சின்ன பிரச்னை.

ப்ரீத்தி : என்ன அது,

ஜானகி : நான் சூப்பர் சிங்கர் போறதுனால என்னால ஆகாஷ்க்கு

maths அரியர் எக்ஸாம்க்கு சொல்லி தர முடியாது. நீ இந்த மாசம் அவனோட ரூம்க்கு போய் சொல்லி தர முடியுமா.

ப்ரீத்தி : நான் யோசிக்கிறேன் டி.

ஜானகி : சரி நாளைக்கு காலேஜ்ல சொல்லு.

ப்ரீத்தி : ஓகே.

அடுத்த நாள் காலேஜ்ல மீட் பன்றாங்க. வர்ஷினி, ஜானகி, ப்ரீத்தி லாம் பேசிக்குறாங்க.

ஜானகி : என்ன டி நான் நேத்து சொன்ன விஷயம் என்ன ஆச்சு.

ப்ரீத்தி : சரி டி, நான் அவனுக்கு maths சொல்லி தரேன்.

ஜானகி : தேங்க்ஸ் டி.

ப்ரீத்தி : சரி maths டிபார்ட்மென்ட் வரைக்கும் போய்ட்டு வரேன்.

வர்ஷினி, ஜானகி கிட்ட பேசுறா.

வர்ஷினி : என்ன, ப்ரீத்தி எதோ maths சொல்லி தரன்னு சொல்றா, யாருக்கு?

ஜானகி : ஆகாஷ்க்கு சொல்லி தர சொல்லி கேட்டேன் டி அவள.

வர்ஷினி : காலேஜ்ல ஏது டி டைம்.

ஜானகி : ஆகாஷ் ரூம்ல போய் சொல்லி தர போறா.

வர்ஷினி : ரூம்க்கு போய்யா, பஞ்சும் நெருப்பும் பக்கத்துல இருந்தா பத்திக்கும் டி.

ஜானகி : ஆகாஷ், அவ மூஞ்சிய எல்லாம் சீண்ட மாட்டான், அவனுக்குன்னு ஒரு ரசனை இருக்கு.

வர்ஷினி : இருந்தாலும்,தைரியம் தான் டி உனக்கு.

வர்ஷினி ஜானகி கிட்ட பேசுன விஷயத்தை அப்படியே ப்ரீத்தி கிட்ட சொல்லிட்டா தனியா போய். வர்ஷினியும், ப்ரீத்தியும் ரகசியங்கள பகிர்ந்துபாங்க எப்பவும்.

வர்ஷினி to ப்ரீத்தி : ஹே இது மாதிரி ஜானகி சொன்னா, உன் மூஞ்சிய எல்லாம் ஆகாஷ் சீண்ட மாட்டானா, அவனுக்கு ஒன்னும் நீ சொல்லி தர தேவை இல்ல.

ப்ரீத்தி : இவங்க என்ன பத்தி என்ன நினைக்கிறாங்கன்னு எனக்கு எப்பவோ தெரியும். என்னனா என் நண்பர்களே இப்படி நினைக்கிறாங்கன்னு நினைக்கிறதுக்கு கஷ்டமா இருக்கு. உதவி பன்றேன்னு சொல்லிட்டேன், பண்ணிட வேண்டியது தான்.

proffessor கலிங்க மூர்த்தி, ஒரு காலேஜ் பையன மாடில இருந்து தள்ளிட்டாருனு சில பேரு பேசுறது கேள்வி பட்டு, ப்ரீத்தி, proffessor கலிங்க மூர்த்திய பாக்க போறா

ப்ரீத்தி : என்ன சார் ஆச்சு.

கலிங்க மூர்த்தி : நான் எதும் பண்ணல ப்ரீத்தி, காலேஜ் மாடில சில பசங்க போதை பொருள் எடுத்துக்குறாங்கன்னு கேள்வி பட்டேன், அவங்கல புடிக்க மாடிக்கு போனேன், எல்லாரும் ஓடிட்டாங்க, ஒரு பையன் தினேஷ் மட்டும், என்னை பாத்து பயத்துல மாடில இருந்து கீழ குதிச்சு செத்துட்டான், இப்ப பழி என் மேல.

ப்ரீத்தி : நீங்க ஒன்னும் கவலை படாதீங்க சார், உங்கள பத்தி எங்களுக்கு தெரியாதா, அவன் மாடில இருந்து குதிப்பான்னு நீங்க எதிர்

பாத்து இருக்க மாட்டீங்க.

கலிங்க மூர்த்தி : காலேஜ் பசங்க சில பேரு என் மேல கோபமா இருக்-காங்க.

ப்ரீத்தி : அவங்க கிட்ட நான் பேசிக்கிறேன்.

4

அத்தியாயம் 04

culturals நாள்.

வினய் to ப்ரீத்தி : இன்னைக்கு culturals, இந்த வாட்டி நமக்கு கஷ்டமா இருக்கும்ன்னு நினைக்கிறன்.

ப்ரீத்தி : ஏன் டா அப்படி நினைக்கிற.

வினய் : எல்லா டிபார்ட்மென்ட்டும் வெறித்தனமா பயிற்சி பன்றாங்க.

ப்ரீத்தி : பண்ணட்டும் டா, நல்ல விஷயம் தான.

வினய் : நல்ல விஷயம் தான், ஆனா காமெர்ஸ் டிபார்ட்மென்ட் மட்டும் உன் மேல காண்டா இருக்காங்க, கண்டிப்பா உன் டிபார்ட்மென்ட்ட ஜெயிக்கணும்னு நினைக்கிறாங்க.

ப்ரீத்தி : எவளோ நல்ல மனசுகாரங்களா நம்ம இருந்தாலும்,நம்மல புடிக்காதவங்க, சில பேரு இருக்க தான் செய்வாங்க. அதெல்லாம் பாத்-துட்டு இருக்க கூடாது. எனக்கும் தெரியும் அந்த ஒரு டிபார்ட்மென்ட்-டுக்கு மட்டும் என்னை புடிக்கலைனு.

வினய் : அதெல்லாம் தெரியாது நம்ம இன்னைக்கு எல்லா கப்பையும்

ஜெயிக்கிறோம். நான் வேற டான்ஸ் ஆட உடம்பு லைட்டா இருக்குனும்னு 10 இட்லி தான் சாப்பிட்டேன் காலைல.

ப்ரீத்தி : வெரி குட் டா ரொம்ப கம்மியா சாப்பிட்டு இருக்க,அதுனால தான் எலைச்சா மாதிரி தெரியுறியா.

வினய் : நான் கூட கண்ணாடில பாத்த அப்போ அப்படி தான் தெரியுது. ஹே நீ என்ன கலாய்க்கலையே.

ப்ரீத்தி : ச்ச ச்ச.

culturals நாள் முடியுது. ப்ரீத்தி டீம் எப்பவும் போல நல்லா performance பண்ணி, அன்னைக்கு நிறைய கப் ஜெயிச்சுட்டாங்க. அன்னைக்கு வீட்டுக்கு போன உடனே ப்ரீத்தி போன்க்கு நிறைய வாழ்த்துக்கள் மெசேஜ் வருது.ப்ரீத்தி அவளோட காலேஜ் whatsapp குரூப்ல ஒரு மெசேஜ் அனுப்புறா, எல்லாரும் காலேஜ் மரத்தடிக்கு வரும்படி சொல்றா.

அடுத்த நாள் காலேஜ்ல, எல்லா காலேஜ் பசங்களும் மரத்தடிக்கு வந்துடுறாங்க.
சிவா ப்ரீத்திகிட்ட பேசுறான்.

சிவா : என்ன ப்ரீத்தி எல்லா காலேஜ் பசங்களையும் வர சொல்லி இருக்க.

ப்ரீத்தி : சொல்றேன், நம்ம ஏரியால பகவதி கடை பக்கத்துல ஒரு டிரஸ் ஷாப் திறந்து இருக்காங்க.

சிவா : ஆமா பாத்தேன்.

ப்ரீத்தி : அதுல நம்ம காலேஜ் பசங்க எல்லாம் டிரஸ் எடுக்கணும்.

சிவா : ஏன் பா அது உன் கடையா.

ப்ரீத்தி : இல்ல, நம்ம காலேஜ் பசங்க அங்க டிரஸ் எடுத்தா, எனக்கு ஒரு கமிஷன் வரும்.

சிவா : சரி விடு, வேற எங்கையோ டிரஸ் எடுக்கறதுக்கு, நீ சொல்ற எடுத்துல எடுத்துட்டா போச்சு.

ப்ரீத்தி : இதுனால நான் சம்பாதிக்க போறேன்னு நினைச்சுடாதிங்க, நம்ம காலேஜ் பசங்க சில பேரு பீஸ் கட்ட முடியாம எல்லா செமஸ்டரும் கஷ்ட்ட படுறாங்க, அந்த மாதிரி கஷ்ட்ட படுற ஸ்டுடென்ட்ஸ்க்கு மட்டும் நமக்கு வர கமிஷன் மூலமா பீஸ் கட்டுவோம்.

சிவா : இது நல்ல ஐடியாவா இருக்கு.

ப்ரீத்தி : இந்த ஐடியா எல்லார்க்கும் ஓகேவா.

எல்லா பசங்களும் கை தட்டி விசுல் அடிச்சு வரவேற்கிறாங்க.

ப்ரீத்திக்கு ஒரே சந்தோஷம், பசங்க இந்த விஷயத்தை ஏத்துக்கிட்டது.

அடுத்த நாள், ப்ரீத்தி, ஆகாஷ்க்கு maths சொல்லி தர வீட்ல இருந்து கிளம்புறா.

ப்ரீத்தி அம்மா to ப்ரீத்தி : ஏண்டி அம்மா, என்ன இன்னைக்கு கண்ணாடியே நூறு தடவ பாக்குற.

ப்ரீத்தி : மா கண்ணாடி அழுக்கா இருந்துச்சுன்னு தொடைச்சேன்.

ப்ரீத்தி அம்மா : ஓ அப்போ கூட மூஞ்சுல மேக்கப் ரொம்ப அதிகமா இருக்கு.

ப்ரீத்தி : மா அதெல்லாம் ஒன்னும் இல்ல (ஒரு சின்ன சிரிப்போட).

ப்ரீத்தி அம்மா : எங்க போறீங்க மேடம்னு தெரிஞ்சுக்கலாமா.

ப்ரீத்தி : என் friendக்கு maths சொல்லி தர.

ப்ரீத்தி அம்மா : ஆல் the பெஸ்ட் மா.

ப்ரீத்தி : மா நீ நினைக்கிற மாதிரி எதும் இல்ல.

ப்ரீத்தி அம்மா : நான் எதும் நினைக்கலையே, நான் எதார்த்தமா தான் சொன்னேன் .

ப்ரீத்தி : உன் யதார்த்தம் எனக்கு தெரியாதா.

ரெண்டு பேரும் சிரிக்கிறாங்க, ப்ரீத்தி கிளம்பிட்டா.

ப்ரீத்தி ஆகாஷ் ரூம்க்கு போய்ட்டா.

ஆகாஷ் : என்ன ப்ரீத்தி, புது டிரஸ்ஸா, வழக்கதுக்கு மாறா இருக்க இன்னைக்கு.

ப்ரீத்தி : எப்பவும் போல தான் இருக்கேன்.ஆமா இவளோ பெரிய வீட்ல நீ தனியாவா இருக்க.

ஆகாஷ் : ஆமா அப்பா அம்மா வேற ஊர்ல இருக்காங்க, நான் படிக்கதுக்காக இங்க தங்கி இருக்கேன்.

ப்ரீத்தி : சரி படிப்போமா.

ப்ரீத்தி சொல்லி கொடுக்க ஆரமிக்குறா.

ப்ரீத்தி : டேய் நான் ஒன்னு சொல்லலாமா.

ஆகாஷ் : அட சொல்லுப்பா.

ப்ரீத்தி : நான் பாத்ததுலயே நீ தான் ரொம்ப மக்கு.

ஆகாஷ் சிரிக்கிறான்.

ப்ரீத்தி : இப்படி இருந்து எப்படி டா பிளஸ் 2 ல பாஸ் ஆன.

ஆகாஷ் சிரிக்கிறான்.

ஆகாஷ் : இந்த மக்கு பிளஸ் 2 ல என்ன மார்க் எடுத்தானு கேட்டா நீ ஆச்சர்ய படுவ.

ப்ரீத்தி : எவளோ மார்க்.

ஆகாஷ் : 200 க்கு 150.

ப்ரீத்தி : எப்படி டா உனக்கு பேசிக்ஸே தெரியல.

ஆகாஷ் : அது தான் என் பிளஸ் and மைனஸ்.

ப்ரீத்தி : என்ன அது சொல்லு.

ஆகாஷ் : நான் maths புக்க மனப்பாடம் பண்ணிட்டேன்.

ப்ரீத்தி : அது எப்படி டா maths ah மனப்பாடம் பண்ண.

ஆகாஷ் : அது அப்படி தான். அதுனால தான் எனக்கு பேசிக்ஸ் தெரியல.

ப்ரீத்தி : உன் ஞாபகம் சக்திய பாராட்டரதா, இல்ல உனக்கு பேசிக்ஸ் தெரியலன்னு வருத்த படுறாதுன்னு தெரியல.

ஆகாஷ் : அத விடு இப்ப படிப்போம்.

ப்ரீத்தி சொல்லி கொடுக்குறா.

ப்ரீத்தி : பருவா இல்ல டா நீ ஒன்னும் நான் நினைச்ச அளவுக்கு மக்கு இல்ல, சொன்னா புரிஞ்சிக்குற.

ஆகாஷ் : தேங்க்ஸ், இது தான் நான் first போடுற பெரிய சம். எல்லா புகழும் ப்ரீத்திக்கே.

ப்ரீத்தி : இப்படி தான் சொல்லுவ, அப்பறம் என்ன மறந்துடுவ.

ஆகாஷ் : என் ஞாபக சக்தி பத்தி இப்ப தான சொன்ன,சொல்லி தந்ததையும் மறக்க மாட்டேன், சொல்லி தந்தவங்களையும் மறக்க மாட்டேன்.

ப்ரீத்தி : பார்ப்போம், சரி நான் கிளம்புறேன்.

ப்ரீத்திக்கு ஒரு வாரம் கழிச்சு, அந்த டிரஸ் ஷாப் லா இருந்து கமிஷன் வருது, அந்த காச காலேஜ் பசங்க கிட்ட காற்றா.

இந்த வாரம் மறுபடியும் ஆகாஷ்க்கு சொல்லி கொடுக்க ப்ரீத்தி போறா.

ஆகாஷ் : ப்ரீத்தி, என்ன புது புது ட்ரெஸ்ஸா போட்டுட்டு கலக்குற.

ப்ரீத்தி : ரொம்ப சாதாரண டிரஸ் தான் டா.

ஆகாஷ் போன்க்கு ஒரு மெசேஜ் வருது, அத ஓபன் பண்ணி பாக்குறான், சத்தமா ஒரு porn வீடியோ வருது.

ப்ரீத்தி : டேய் porn ah.

ஆகாஷ் வெட்க பட்டு.

ஆகாஷ் : ஆமா.

ப்ரீத்தி : டேய் நான் தான் இங்க இருக்க வெட்க படனும், தயவு செஞ்சு அத டெலீட் பண்ணு.

ஆகாஷ் : இப்பவே பண்றேன் டீச்சர்.

ப்ரீத்தி : எவன் அது மெசேஜ் பண்ணது.

ஆகாஷ் : நம்ம வினய்.

ப்ரீத்தி : அந்த குண்டு பைய தான் இத அனுப்புனதா.

ஆகாஷ் : ப்ரீத்தி.

ப்ரீத்தி : என்ன டா

ஆகாஷ் : இத வெளிய சொல்லிடாத.

ப்ரீத்தி : இத வெளிய சொன்னா எனக்கு தான் கேவலம்.

ஆகாஷ் : அப்போ சந்தோஷம் தான்.

ப்ரீத்தி : நான் குடுத்த சம்ஸ் லாம் போட்டுட்டியா.

ஆகாஷ் : எஸ் மேடம்.

ப்ரீத்தி : குட் டா. நல்லா தான் போட்டு இருக்க.

ஆகாஷ் : தேங்க்ஸ் டீச்சர், நிஜமாவே உன்ன மாதிரி சொல்லி தர ஆளே இல்ல.

ப்ரீத்தி : இத ஜானகி எதிர சொல்லிடாத, உன் கிட்ட சண்டை போடுவா.

ஆகாஷ் : உண்மையை உரக்க சொல்வேன்.

ப்ரீத்தி : உன்கிட்ட ஒன்னு கேட்கணும்னு நினைச்சேன்.

ஆகாஷ் : சொல்லு பா.

ப்ரீத்தி : ஸ்ரேயான்னு ஒரு பொண்ணு பத்தி நீ தான் ஒரு மீம்ஸ் create பண்ணி நம்ம காலேஜ் வாட்ஸாப்ப் குரூப்ல போட்டியா.

ஆகாஷ் : அவ culturalsல என் டான்ஸ் பத்தி கிண்டல் பண்ணா.

ப்ரீத்தி : அதுக்காக அவ பாக்க எவ்ளோ அசிங்கமா இருக்கானு ஒரு மீம் create பண்ணுவியா. அவளுக்கு ஏற்கனவே தான் பாக்க சுமாரா இருக்கோம்னு ஒரு நினைப்பு இருக்கு, நீ இன்னும் அவள கஷ்ட படுத்திறியா.

ஆகாஷ் : நான் அந்த பொண்ணுகிட்ட மன்னிப்பு கேட்குறேன்.

ப்ரீத்தி : குட் boy

போன வாரத்த விட இந்த வார டிரஸ் ஷாப் கமிஷன் அதிகமா இருக்குன்னு ப்ரீத்திக்கு சந்தோஷம்.

ஆகாஷ் வினய் கிட்ட பேசுறான்.

வினய் to ஆகாஷ் : என்ன டா சொல்ற, இன்னைக்கு full ah porn வீடியோ பாத்தியா.

ஆகாஷ் : ஆமா டா ஒரே வெறியா இருக்கு, எதாவது பொண்ணு கிடைக்குமா.

வினய் : டேய் என்னை என்னனு நினைச்ச, பொண்ணு எல்லாம் கேட்-

டுகிட்டு இருக்க.

ஆகாஷ் : இப்ப என்ன பண்ண.

வினய் : எந்த பொன்னையும் பாத்துடாத, எதாவது தப்பு பண்ணிடுவ

சொல்லும் போதே ஒரு கால்லிங் பெல் அடிக்குது.

போய் பாத்தா ப்ரீத்தி நிக்குறா.

ஆகாஷ் : வா ப்ரீத்தி.

ப்ரீத்தி : எஸ்.

ஆகாஷ் : இன்னைக்கு என்ன ரொம்ப அழகா இருக்க.

ப்ரீத்தி : என்ன ஒரு அதிசயம். உன் கண்ணுக்கு நான் இன்னைக்கு அழகா தெரியுறேன்

ஆகாஷ் : என் நிலைமைல யார பாத்தாலும் அழகா தெரியுவாங்க.

ப்ரீத்தி : என்ன சொன்ன.

ஆகாஷ் : ஒன்னும் இல்ல பா. டீ சாப்புடுறீயா. போடவா

ப்ரீத்தி : நான் போடுறேன்.நான் நல்ல போடுவேன்

ஆகாஷ் : சரி.

ப்ரீத்தி கிட்சன்ல டீ போடுறா, ஆகாஷ் அவள பின்னாடி பாக்குறான். அவள ஒரு தடவ இடிக்குறான், சாரி சொல்றான். ரெண்டு, மூணு தடவ இடிக்கிறான். அப்பறம் கொஞ்சம் நேரம் கழிச்சு, ப்ரீத்திய பின்னாடியே கட்டி புடிச்சி, கன்னத்துல ஒரு முத்தம் கொடுக்குறான். ப்ரீத்தி அதிர்ச்-

சில கம்முனு இருக்கா. திடிர்னு ப்ரீத்தி தள்ளி வந்துடுறா. வந்துட்டு.

ப்ரீத்தி : நான் தான் பாக்க அசிங்கமா இருக்கேன்னு, நடிக்க மாட்-டேன்னு சொன்னியே.

ஆகாஷ் : இப்போதைக்கு நீ தான் எனக்கு உலக அழகி.

அப்பறம் ப்ரீத்தியும் அவனும் கட்டி புடிச்சிக்குறாங்க. பெட் ரூம் போய் ரெண்டு பேரும் தப்பு பண்ணிடுறாங்க.

ரெண்டு பேரும் டிரஸ் போட்டுக்குட்டு ஹால்ல உட்கார்ந்து இருக்காங்க. கொஞ்சம் நேரம் பேசவே இல்ல.

ப்ரீத்தி : அப்பறம் இது அது தான்னு அறிவிச்சுடுலாமா.

ஆகாஷ் : இது அதுவும் இல்ல, எதுவும் இல்ல.

ப்ரீத்தி : இதுக்கு பேரு தான் என்ன.

ஆகாஷ் : இது ஒரு விபத்து.

ப்ரீத்தி : இதுக்கு ஏன் நம்ம லவ் பேரு வைக்கல.

ஆகாஷ் : ஏன்னா இது லவ் இல்ல.

ப்ரீத்தி : அப்போ நீ என்ன என்னானு நினைச்சிட்டு இருக்க.

ஆகாஷ் : இங்க பாரு உன்ன நான் தப்பா நினைக்கல. நான் எதோ ஒரு மூட்ல இத பண்ணிட்டேன், அது வெளில தெரிஞ்சா அசிங்கம். அதுவும் உன்ன மாதிரி சுமாரான பொண்ணு கூட தப்பு பண்ணிட்-டேன்னு தெரிஞ்சா, நான் எங்க போய் மூஞ்ச வச்சிப்பேன்.

ப்ரீத்தி : டேய் நீ என்ன உலக அழகினு சொன்ன, கொஞ்சம் நேரத்-

துக்கு முன்னாடி. திரும்பவும் நான் பாக்க அசிங்கமான பொண்ணா ஆகிட்டேனா.

ஆகாஷ் : இது யாருக்கும் தெரிய வேணா.

ப்ரீத்தி : நான் யோசிக்கிறேன், இப்போ கிளம்புறேன்.

ப்ரீத்தி, இந்த விஷயத்தை வர்ஷினி கிட்ட சொல்லிடுறா.

வர்ஷினி : என்ன டி சொல்ற, உங்களுக்குள்ள அது நடந்துடுச்சா.

ப்ரீத்தி : எஸ் எஸ்.

வர்ஷினி : இப்ப தாண்டி உன் முகத்தை இவளோ சந்தோஷமா பாக்-குறேன்.

ப்ரீத்தி : ஜானகிக்கு நான் துரோகம் பண்ணிட்டேனா.

வர்ஷினி : உன் மூஞ்ச பத்தி அவ என்ன சொன்னான்னு எனக்கு தெரியும், அவளுக்கு இது தேவ தான். ஒன்னும் தப்பு இல்ல கண்ணா, நீ என்ஜோய் பண்ணு.

ப்ரீத்தி : இது தான் first and last டைம் இது மாதிரி தப்பு பண்றதுனு நினைக்கிறன்.

வர்ஷினி : ஏன் அப்படி சொல்ற.

ப்ரீத்தி : ஆகாஷ்க்கு என் கூட தப்பு பண்ணதே கேவலமாம் .

வர்ஷினி : ஓ அப்பிடியா, ஒன்னு பண்ணு,இந்த மேட்டர ஜானகி கிட்ட சொல்லுவேன்னு கொஞ்சம் மிரட்டு அவன . அவனுக்கு எவளோ கொழுப்பு இருந்தா, வேல முடிஞ்ச உடனே இப்படி பேசுவான்.

ப்ரீத்தி : ஓகே பண்ணிடலாம்.

இந்த வாரம் டிரஸ் ஷாப்ல இருந்து வந்த கமிஷன் ரொம்ப கம்மினு, டிரஸ் ஷாப் ஓனர் தீவாகர பாக்க போறா ப்ரீத்தி.

திவாகர் to ப்ரீத்தி : வா மா மாஸ் girl. உன்னால தான் மா கடையில நல்ல வசூல்.

ப்ரீத்தி : உங்களுக்கு நல்ல வசூல், எனக்கு கமிஷன் வரலையே.

திவாகர் : இந்த வார காசு கொடுத்துட்டோமே மா.

ப்ரீத்தி : எத்தனை பேரு உங்க கடைக்கு வந்தாங்க, எவளோ ரூபாய்க்கு டிரஸ் எடுத்தாங்கன்னு எனக்கு தெரியும். கரெக்ட்டா அந்த காச கொடுக்குறீங்களா.

திவாகர் : என்ன மா கொடுத்து வச்ச காச கேட்கற மாதிரி கேட்குற.

ப்ரீத்தி : எங்களால தான நீங்க சம்பாரிக்கிறீங்க.

திவாகர் : நீயும் என்னால தான் சம்பாரிக்கிற. இனிமே உன் காலேஜ் டீலிங் எனக்கு வேணாம் நீ கிளம்பு. இந்த காலேஜ் இல்லனா வேற காலேஜ்.

ப்ரீத்தி கோபமா வந்துடுறா.

ப்ரீத்தி நேரா காலேஜ்க்கு வந்து பசங்க கிட்ட இந்த டிரஸ் ஷாப் மேட்டர சொல்றா.

ஜீத்து ன்னு ஒரு பையன் ப்ரீத்திகிட்ட பேசுறான்.

ஜீத்து : மாஸ் girl, நம்ம ஏன் கொஞ்ச பேரு காசு போட்டு, ஒரு சின்ன டிரஸ் ஷாப் ஓபன் பண்ண கூடாது.

ப்ரீத்தி : அதுக்கு நிறைய வேல செய்யணும் டா.

ஜீத்து : நம்ம வேற கடைல பேசி ஒரு கமிஷன் கேட்போம்.

ப்ரீத்தி : செம ஐடியா, அந்த டிரஸ் ஷாப் ஓனர் தீவாகர காண்டு ஆக்கணும்.

ப்ரீத்தி நினைச்சா மாதிரி வேற ஒரு கடைய பேசி புடிச்சிட்டா. இனி வாரா வாரம் கமிஷன் வரும். திவாகர் இன்னொரு காலேஜ் பசங்கள புடிக்கிறேன்னு சொல்லி இருந்தான் அதே ஏரியால , அதுக்கு ஆப்பு வைக்கிற மாதிரி அந்த ஜெயின்சன் காலேஜ் பசங்களையும் இந்த கடைக்கு வர சொல்லி கமிஷன் அந்த ஜெயின்சன் காலேஜ் பசங்களுக்கு டைரக்டடா வர மாதிரி பண்ணிட்டா. தீவாகர் செம காண்டுல இருக்கான் ப்ரீத்தி மேல, அவனோட ஜெயின்சன் காலேஜ் பசங்களையும் வேற கடைக்கு customer ஆக்கிட்டானு.

ப்ரீத்தி வீட்டுக்கு வந்துட்டா. ஆகாஷ்க்கு கால் பண்ணி பேசி, இது மாதிரி ஜானகி கிட்ட நம்ம மேட்டர சொல்ல போறேன்னு சொல்றா. அவன், அதெல்லாம் வேணாம் நாளைக்கு ரூம்க்கு வா பேசிக்கலாம்னு சொல்றான்.

அடுத்த நாள், ப்ரீத்தி எவளோ அழகா டிரஸ் பண்ண முடியுமோ, அவளோ அழகா டிரஸ் பண்ணிட்டு ஆகாஷ் வீட்டுக்கு போறா.

ப்ரீத்தி, ஆகாஷ் வீட்டுக்கு போய்ட்டா, ஆனா வீடு பூட்டி இருக்கு.

ப்ரீத்தி, ஆகாஷ்க்கு கால் பண்ரா.

ப்ரீத்தி : டேய் எங்க இருக்க.

ஆகாஷ் : பக்கத்துல் தான், கொஞ்சம் நேரத்துல வந்துடுவேன், வெளிய ஷூ rack கிட்ட ஒரு சாவி இருக்கும், அத எடுத்து திறந்து வீட்டுக்-

குள்ள போ.

ப்ரீத்தி : டேய் உங்க வீடு ரொம்ப பெரிய வீடா இருக்கு, எனக்கு தனியா இருக்க பயம்.

ஆகாஷ் : நான் இப்ப வந்துடுவேன், நீ உள்ள போ.

ப்ரீத்தி : ஓகே.

கொஞ்சம் நேரம் கழிச்சு, ஆகாஷ் அவன் வீட்டுக்கு படிக்கட்டுல நடந்து போறான், வளையல் உடைஞ்சு இருக்கு படிக்கட்டுல, கொஞ்சம் ரத்தம் கூட இருக்கு. வீட்டுக்குள்ள போய் பாக்குறான், பாத்து அதிர்ச்சி ஆகு-றான், ப்ரீத்தி தலைல அடி பட்டு ரத்தம் சிந்தி செத்து போய் இருந்தான். ஆகாஷ் பாத்துட்டு கதறி கதறி அழுதான்.உடனே போலீஸ கூப்பிட்டு விஷயத்தை சொன்னான், ஆனா அவன் வீட்ல செத்து கிடந்ததுனால, ஆகாஷ விசாரிக்க போலீஸ் கூட்டிட்டு போயிடுறாங்க.

காலேஜ்க்கு விஷயம் தெரிஞ்சு, காலேஜே பதறிடிச்சு.

5

அத்தியாயம் 05

வீரா, ஒரு பிரைவேட் டிடெக்டிவ். இப்போ அவன் வீட்ல என்ன நடக்-குதுன்னு பார்ப்போம் .

வீராக்கு ஒரு தம்பி இருக்கான், அவன் பேரு முத்து.

வீரா வீட்டுக்கு வரான், வந்த உடனே வீட்டு வாசல்ல செருப்ப விடுறான் , அத எடுத்து ஷூ rack ல, செருப்ப வைக்குறான் முத்து .

வீரா to முத்து : நீ இப்படி எல்லாம் பண்ண மாட்டியே.

முத்து : எப்படி.

வீரா : என் செருப்ப எடுத்து ஷூ rack ல வைக்கறது, முடிஞ்சா அம்மா கிட்ட போய், இவன் செருப்ப கூட ஒழுங்கா விடமாட்டானானு போட்டு கொடுத்து இருப்ப.

முத்து : மனுஷன்னா திருந்த மாட்டானா.

வீரா : ஓ இப்போ நீ திருந்திட்ட.

முத்து : ஹ்ம்ம்.

வீரா : சரி சரி.

வீரா வீட்டுக்குள்ள போயிடுறான்.

வீரா அம்மா, வீராக்கு சாப்பாடு வைக்குறாங்க.

வீரா : என்ன அம்மா இன்னைக்கு ஒரு ஆம்லெட் போட்டு இருக்க-லாம்ல.

வீரா அம்மா : முட்டை இல்ல பா வீட்ல.

முத்து, அடிச்சு புடுச்சினு வெளிய ஓடுறான்.

வீரா : என்ன மா, அவன் அடிச்சு புடிச்சுனு எங்க போறான். யாராவது ஓட்ட பந்தயம் வச்சு இருக்காங்களா இந்த நேரம்.

வீரா அம்மா : அது இல்ல பா, நீ ஆம்லெட் கேட்டல, முட்ட வாங்க கடைக்கு போய் இருக்கான்.

வீரா : இந்த வீட்ல எதோ சரி இல்லமா இன்னைக்கு.

வீரா அம்மா : ஏன் பா, முத்துக்கு உன் மேல பாசம் பா.

வீரா : அது ஏன் இன்னைக்கு மட்டும் பொத்துகிட்டு வருது.

வீரா அம்மா : எல்லா நேரமுமா பா காட்டிட்டு இருக்க முடியும்.

வீரா : முதல்ல அவன் மேல தான் சந்தேகம் வந்தது, இப்போ உன் மேலயும் வருது.

முத்து முட்டை வாங்கிட்டு வந்துட்டான்.

முத்து : மா அண்ணன்னுக்கு நானே ஆம்லெட் போடுறேன்.

வீரா : விட்டா, கோழியோட கோழியா போய் முட்டையே போடுவ நீ .

முத்து : என்ன நா.

வீரா : முட்டைய அம்மா கிட்ட குடுத்துட்டு இங்க வா.

முத்து : சொல்லுங்க னா

வீரா : இன்னைக்கு அரியர் ரிசல்ட் வந்து இருக்கணுமே.

முத்து : சாப்பிடும் போது பேசுனா உடம்புல ஒட்டாது.

வீரா : சாப்பிட்டு வந்து உன்ன வச்சுகிறேன்.

வீரா சாப்டுட்டு இருக்கும் போது விக்கல் வந்துடுது, முத்து தண்ணிய நீற்றான்.

வீரா : டேய், நான் விக்கி செத்தாலும் பரவால, இப்படி உன் நடிப்ப பாத்து செத்துடுவேனோனு பயமா இருக்கு.

முத்து : என்னைக்கு தான் நீ என் அன்ப புரிஞ்சிக்க போறியோ.

வீரா சாப்பிட்டு முடிச்சு, டிவி பாக்குறான். சேனல் மாத்த ரிமோட் எடுத்து அமுக்குறான் வேல செய்யுல, கோபத்துல ரிமோட்ட கீழ வைக்-குறான், முத்து ரிமோட்க்கு பேட்டரிய எடுத்துனு வந்து கொடுக்குறான்.

வீரா : இதுக்கு மேல உன் அன்ப நான் புரிஞ்சிகிலனா,சரி வராது. உனக்கு என்ன வேணும்னு சொல்லு, அம்மா நீயும் வா.

வீரா அம்மாவும் முத்துவும் நிக்குறாங்க.

வீரா : சொல்லு மா என்ன வேணும் உங்களுக்கு.

வீரா அம்மா : நீ பிரைவேட் டிடெக்டிவா இருக்கல.

வீரா : ஆமா.

வீரா அம்மா : நீ கூட ஒரு அசிஸ்டன்ட் வேணும்னு விளம்பரம் தந்து இருந்தியே.

வீரா : ஆமா.

வீரா அம்மா : அது தான் விஷயமே, உன் தம்பிய உன் அசிஸ்டன்ட்டா வச்சிக்கோ.

வீரா : இவனே அரியர் முடிக்காத மக்கு பய.
இவன என் தலைல கட்டி வைக்கிறிங்க.

வீரா அம்மா : குழந்தை ஆசை பட்டுட்டான்.

வீரா : அவன் குழந்தையா. இதுக்கு தான் இவன் இவளோ நடிப்பு நடிச்சானா.

வீரா அம்மா அழ ஆரமிச்சிடுறாங்க.

வீரா : இப்போ நீ நடிக்க அரமிச்சுருக்க.
வெளிய போய் வேல தேடட்டும் மா.

வீரா அம்மா : அவனுக்கு யார தெரியும்.

வீரா : மா அவன் கஷ்ட படாம என் கிட்ட வேலைக்கு சேர்ந்தானா, அவன் கத்துக்கிறதல ஆர்வம் காட்ட மாட்டான்.

முத்து : நான் ஆர்வம் காட்டுவேன்.

வீரா : இந்த பேச்சுக்கு எல்லாம் ஒன்னும் குறைச்சல் இல்ல.

முத்து : போன மாசம் கானா போன சொம்ப நான்தான் கண்டுபுடிச்சேன்.

வீரா : கொலைகாரண கண்டுபுடிக்கணும், இவன் என்னனா, சொம்ப கண்டு புடிக்கிறான். இவன வச்சிட்டு நான் என்ன பண்றது

முத்து : என்னால நீ பெருமை படுவ, பாரு.

வீரா : கண்ணா, நீ எனக்கு தம்பியா பொறந்ததே எனக்கு பெரும தான், நீ ஏன் வீட்ல இருக்க கூடாது.

முத்து : நீ அம்மா பேச்சை தட்ட மாட்டனு அம்மா நம்பிட்டு இருக்-காங்க, அவங்க ஆசைல மன்ன வாரி போடுற.

வீரா : சரி, வந்து தொல வேலைக்கு.

வீராவும் முத்துவும் அவங்களோட ஆபீஸ்க்கு வராங்க.

முத்து : எதாவது ஒரு கேஸ கொடுங்க, என் அறிவு அரிக்குது.

வீரா : சொம்பு கண்டுபுடிச்சவனுக்கு என்ன கேஸ கொடுக்கறதுனு யோசிக்கிறேன்.

முத்து : நீங்க என்ன குறைச்சு மதிப்பீடுருங்க.

வீரா : ஒரு நாய் காணாம போன கேஸ் இருக்கு, கண்டுபிடிக்குறியா.

முத்து : நாயா.

வீரா : என்ன நாயானு சொல்லிட்ட, அது உன்ன விட விலை ஜாஸ்தி.

முத்து : வேற நல்ல கேஸ் குடுங்க.

வீரா : எல்லா கேசும் நான் முடிச்சிட்டேன், இனி கேஸ் வந்தா தான் உண்டு.

முத்து : அப்போ என் அறிவுக்கு வேல இல்லயா.

வீரா : இப்போதைக்கு இல்ல அறிவாளி சார்.

ரெண்டு வாரம் கேஸ் வரவே இல்ல.

முத்து : சகோ.

வீரா : என்ன சகோன்னு லாம் கூப்பிட கூடாது, ஆபீஸ்ல, கால் மி பாஸ்.

முத்து : ஓகே பாஸ்.

வீரா : சரி என்ன சொல்ல வந்த.

முத்து : ரெண்டு வாரம் ஆச்சு எந்த கேசும் வரல. என் மூல மழுங்கிடும் போல தெரியுது.

வீரா : ஆஹான்.

முத்து : எப்பவுமே இப்படி தான் இருக்குமா.

வீரா : முக்கால் வாசி நேரம் கேசே வராது, வந்தா, குவிஞ்சிடும்.

முத்து : ஓ. எனக்கு ஒரு சந்தேகம்.

வீரா : என்ன.

முத்து : முக்காவாசி நேரம் வேல இல்லாம தான் இருக்கு, ஆனா வீட்டுக்கு வந்தா மட்டும் ஏன் நிறைய வேல செஞ்சு கிழிச்ச மாதிரி இவளோ நாள் சீன் போட்டுட்டு இருந்திங்க.

வீரா : அம்மாக்கு இப்போ தான் பிரைவேட் டிடெக்டிவ்ன்றது ஒரு வேலைனு நான் போடற சீன்ல தான் தெரிஞ்சிது. இது மாதிரி குதர்க்கமான கேள்விலாம் தவிர்க்க தான் உன்ன மாதிரி, தம்பி எல்லாம் வேலைக்கு வேணாம்னு சொன்னேன்.

முத்து : சாரி பாஸ், இனிமே இந்த மாதிரி கேள்வி எல்லாம் கேட்கல.

சண்முகம்னு ஒருத்தர் ஒரு கேஸ புடிச்சு கூட்டினு வராரு.

சண்முகம் to வீரா : ஒரு கேஸ் ஒன்னு கூட்டிட்டு வந்து இருக்கேன், இவர் பேரு பிரவீன். போலீஸ் ஸ்டேஷன்ல கேஸ் கொடுத்துட்டு வெளிய வந்தாரு. நீங்க போலீஸ விட பாஸ்ட்டா கண்டுபிடிப்பிங்கனு உங்க கிட்ட கூட்டினு வந்தேன்.

வீரா : சரி நான் பாத்துக்குறேன்.

வீரா பிரவீன் கிட்ட பேசுறான்.

வீரா : சொல்லுங்க பிரவீன் உங்களுக்கு பிரச்னை என்ன

பிரவீன் : சார் என் பொண்டாட்டிய காணோம்.

வீரா : எப்போ இருந்து காணோம்.

பிரவீன் : நேத்துல இருந்து.

வீரா : உங்க பொண்டாட்டிக்கு கால் பண்ணிங்களா.

பிரவீன் : பண்ணேன், எடுக்கல.

வீரா : எதாச்சு சண்டை போட்டிங்களா, கோப பட்டு போய்ட்டாங்களா.

பிரவீன் : அப்படி எதும் இல்ல சார்.

வீரா : உங்க மாமியார் குடும்பத்துக்கு சொல்லிட்டிங்களா.

பிரவின் : இல்ல சார், எங்களது லவ் marriage, யார் சப்போர்ட்டும் இல்லாம கல்யாணம் பண்ணிகிட்டோம். இப்போ அவங்க கிட்ட சொல்ற தைரியம் இல்ல

வீரா : உங்க wife நம்பர் குடுங்க எந்த ஏரியா லொகேஷன் காட்டுதுனு பார்ப்போம்.

பிரவீன் நம்பர் கொடுத்த உடனே, லொகேஷன் track பன்றாங்க, location இதே ஏரியானு காட்டுது.

வீரா : என்னோட போன்ல சிக்னல் இல்ல, உங்க போன்ல ஒரு கால் பண்ணிக்கலாமா.

பிரவின் போன தரான். வீரா போன செக் பண்ணிட்டு, பிரவின பாக்குறான்.

வீரா : உங்க call log ல நீங்க கால் பண்ண எல்லாரோட நம்பரும் இருக்கு ஆனா, உங்க wife நம்பர காணோம். ஸோ நீங்க உங்க wife க்கு கால் பண்ணல.

பிரவீன் : அது வந்து சார்.

பிரவீன்க்கு வேர்த்து கொட்டுது.

வீரா : நீங்க தான் உங்க wife ah எதோ பண்ணி இருக்கீங்க.

பிரவீன் : சார் நான்தான், போதைல சண்டை போட்டு, பாட்டில்ல அடிச்சேன் செத்துட்டா. போலீஸ்க்கு சந்தேகம் வர கூடாதுனு நானே போலீஸ்ல கம்பளைண்ட் கொடுத்தேன். சார் போலீஸ் கிட்ட சொல்லி-டாதீங்க.

வீரா : நான் சொல்லாமலே போலீஸ் வந்துட்டாங்க, கொஞ்சம் திரும்பி பாருங்க.

பிரவீன, போலீஸ் புடிச்சிடுது.

முத்து : சூப்பர னா எப்படி கண்டு புடிச்சீங்க.

வீரா : எல்லாம் அனுபவம், எத்தனை பேர இது மாதிரி கேஸ்ல பாத்து இருப்பேன்.

கொஞ்சம் நேரம் கழிச்சு வேற ஒரு கேஸ் வருது.

ராகுல் to வீரா : சார் என் பேரு ராகுல், நான் ஒரு காலேஜ் ஸ்டு-டென்ட். என் காலேஜ் friend ப்ரீத்தி கொலை செய்ய பட்டாள். நீங்க தான் இந்த கொலை காரண கண்டுபிடிக்கணும்.

வீரா கேசோட மொத்த details யையும் வாங்குறான்.

ராகுல் : இந்த கேஸ நீங்க எடுத்துக்கிறிங்களா.

வீரா : எஸ், இந்த கேஸ எடுத்துகிறேன்.

6

அத்தியாயம் 06

டிடெக்டிவ் வீராவும், முத்துவும் பேசிக்குறாங்க.

வீரா : டேய் முத்து, ப்ரீத்தி கேஸ்ல எதாச்சு விசாரிச்சியா.

முத்து : ரெண்டு பேரும் சேர்ந்து விசாரிப்போம் வா.

வீரா : டேய் இது தொழில்டா, இங்க நீ என் தம்பி இல்ல, என்னோட அசிஸ்டன்ட்.

முத்து : நீ என்னை ரொம்ப டாமினேட் பண்ணி வேல வாங்குற மாதிரி ஒரு feel எனக்கு.

வீரா : இதுனால தான் டா சொந்த தம்பியெல்லாம் வேலைக்கு அசிஸ்டன்ட்டா வச்சிக்க கூடாது. எல்லாம் நம்ம அம்மா சிபாரிசுனால நீ இங்க என் கூட வேல செய்யுறன்ற பேருல உசுர வாங்கிட்டு இருக்க.

முத்து : இப்ப என்ன இந்த ப்ரீத்தி கேஸ விசாரிக்கணும் அவளோ தான.

வீரா : ஆமா.

முத்து : நீயும் கூட வா, ரெண்டு பேரும் விசாரிக்கலாம்.

வீரா : வந்து தொலைக்கிறேன்.

முத்து : எங்க இருந்து இந்த கேஸ ஸ்டார்ட் பண்றது.

வீரா : கொலை நடந்த இடத்துக்கு போய் பக்கத்து வீட்டு, எதிர் வீட்டு ஆளுங்கள விசாரிப்போம்.

கொலை நடந்த வீட்டுக்கு எதிர் வீட்ட விசாரிக்கிறாங்க. எதிர் வீட்டுக்காரன் பேரு விசு.

வீரா : சார் நான் ஒரு டிடெக்டிவ், ப்ரீத்தி கொலைய பத்தி விசாரிக்க வந்து இருக்கேன்.

விசு : சார் நான் எதும் பாக்கல, போலீஸ் கிட்டயும் இத சொல்லியாச்சு.

விசு பையன் (வயசு 10) "நான் பாத்தேன்" ன்னு சொல்லிட்டு வரான், அவன விசு வீட்டுக்கு போக சொல்லி வெரட்டி விடுறான்.

வீரா : சரி சார், நான் கிளம்புறேன்.

வீராவும் முத்துவும் விசு வீட்டு தெரு கிட்டவே நிக்கிறாங்க.

விசு பையன், விளையாடிட்டு இருக்கான்.

வீரா போய், விசு பையன் கிட்ட பேசுறான்.

வீரா : டேய் தம்பி இங்க வா.

விசு பையன் : சொல்லுங்க, நீங்க இன்னைக்கு எங்க வீட்டுக்கு வந்தவருல.

வீரா : ஆமா, ப்ரீத்தி சாவு அப்போ நீ எதோ பாத்து இருக்க, என்ன அது.

விசு பையன் : சொல்ல கூடாதுனு எங்க அப்பா சொல்லி இருக்காரு.

வீரா : சொன்னா, நீ என்ன கேட்குறீயோ அத வாங்கி தரேன்.

விசு பையன் : pizza.

வீரா : கண்டிப்பா.

pizza ஐஸ் கிரீம்னு விசு பையன் என்ன என்ன சாப்பிடணும் நினைச்-சானோ அதெல்லாம் சாப்டான்.

வீரா : டேய் நிறைய சாப்ட்ட டா. இப்ப யாச்சும் சொல்லு, என்ன பாத்த.

விசு பையன் : இன்னொரு ஐஸ் கிரீம்.

வீரா : ஓத வாங்குவ, சொல்றா.

விசு பையன் : சொல்றேன், அன்னைக்கு அந்த அக்கா சாவப்போ, ஒருத்தர் ஆகாஷ் அண்ணன் வீட்டுக்கு போனாரு.

வீரா : யாரு, முகத்தை பாத்தியா.

விசு பையன் : அவரு ஹெல்மெட் போட்டு இருந்தாரு, முகம் தெரியல. வீட்டுக்கு போன உடனே திரும்பி வந்துட்டாரு.

வீரா : வேற எதாச்சு பாத்தியா, நல்லா யோசிச்சு சொல்லு.

விசு பையன் : அவரு வந்த பைக், unicorn 160. பிளாக் கலர்.

வீரா : வண்டி நம்பர் பாத்தியா.

விசு பையன் : இல்ல.

வீரா : சரி இந்த ஐஸ் கிரீம் வாங்கிக்கோ.

வீராவும் முத்துவும் கிளம்பிடுறாங்க.

வீரா : டேய் முத்து, எவண்டா அது unicorn பைக் வச்சு இருக்குவன்.

முத்து : தெரியல சகோ.

வீரா : இது கூட நீ யோசிக்க மாட்டியா டா.

முத்து : நீ யோசிக்காம என்ன வேல வாங்க பாக்கறியா.

வீரா : டேய், நீ காலேஜ் முடிச்சிட்டு வேலைக்கு போகாம. என்ன போல டிடெக்டிவ் ஆகணும் பொய் சொல்லி, என் கூட சேர்ந்து வேல செய்யாம ஜாலியா சுத்துறியா.

முத்து : உனக்கு நான் அசிஸ்டன்ட்டா இருக்கருதனால, எவளோ சம்பளம் லாபம் உனக்கு , எனக்கு கம்மியா தர.

வீரா : டேய் உன்ன தவிர வேற எவனா வேலைக்கு வெச்சா,வேல செய்யுவான் டா. உன்ன மாறி ஓபி அடிக்க மாட்டான்.

முத்து : என் மனச நீ ரொம்ப கஷ்ட படுத்துற.

வீரா : இத ஒன்னு சொல்லிடு. சரி வா, அடுத்து யாரை விசாரிக்கலாம்னு பாக்கலாம்.

முத்து : செத்து போன ப்ரீத்தியோட friends ah விசாரிப்போம்.

வீரா : சரியா சொன்ன, first அவங்கள தான் விசாரிக்கணும். எத்-தனை பேரு அவளுக்கு friends

முத்து : காலேஜே அவளுக்கு friends னு சொல்ராங்க.

வீரா : ஆயிரம் friends இருந்தாலும், க்ளோஸ் friends னு கொஞ்ச பேரு தான் இருப்பாங்க.

முத்து : நான் ஒதுக்குறேன், நாலு க்ளோஸ் friends இருக்காங்க, வினய், கொலை நடந்ததுல அந்த வீட்டு பையன் ஆகாஷ்,ஜானகி, வர்ஷினி.

வீரா : வினய் தான் first விசாரிக்க போறோம்.

முத்து : ஆகாஷ தான first விசாரிக்கணும், கொலை அவன் வீட்ல தான நடந்தது.

வீரா : போலீஸ் அவன் விசாரிச்சிட்டு இருக்கும். அவன் தான் போலீஸ்க்கு கொலை பத்தி தகவல் சொன்னாலும் அவன சஸ்பெக்ட்டா தான் போலீஸ் பாக்கும். அவன விசாரிப்போம் கொஞ்சம் நேரம் கழிச்சு.

முத்து : வினய் வீட்டுக்கு போயிடுவோமா.

வீரா : வண்டிய விடு.

வினய் வீட்டுக்கு வீராவும் முத்துவும் போயிடுறாங்க.

வினய் அப்பா : யாரு.

வீரா : சார் நாங்க ப்ரீத்தி கொலை பத்தி விசாரிக்க வந்து இருக்கோம்.

வினய் அப்பா : சார் போலீஸா நீங்க, வினய்க்கு அந்த கொலைய பத்தி

எதும் தெரியாது.

வீரா : நாங்க போலீஸ் இல்ல. நாங்க டிடெக்டிவ்.

வினய் அப்பா : சரி உள்ள வாங்க.

வினய் வீட்ல இருக்கான்.

வினய் அப்பா : நீங்க வினய விசாரிக்கும் போது நானும் கூட இருக்கலாமா.

வீரா : இல்ல சார், நீங்க இருந்தா அவன் வாய தொறக்க மாட்டான். பசங்க குள்ள என்ன பேசிப்பாங்கன்னு உங்களுக்கு தெரிய வேணாம். நீங்க வேற ரூம்ல இருங்க.

வினய் அப்பா : பாத்து சார், பையன் பயப்பட போறான்.

வீரா : நாங்க போலீஸ் இல்ல சார், நீங்க பயப்படாம போங்க.

வினையும், வீராவும் பேசிக்குறாங்க

வினய் : ஹாய் சார்.

வீரா : என்ன பா உன் friend ப்ரீத்தி சாவுக்கு, உன் காலேஜ் பசங்கலாம் போராட்டம் பன்றாங்க, நீ கலந்துக்கலயா.

வினய் : அப்பா, அதுக்கு போக கூடாதுனு சொல்லிட்டாரு.

வீரா : ப்ரீத்தி காலேஜ்ல எப்படி பட்ட பொண்ணு.

வினய் : நல்ல ஜாலியான பொண்ணு சார், காலேஜ்ல எல்லாரு கூடையும் பழகுவா.

வீரா : அவள பிடிக்காதவங்க யாராச்சும் இருந்தாங்களா.

வினய் : ஹ்ம்ம் ஒருத்தர் இருந்தாங்க.

வீரா : யாரது.

வினய் : ஒரு டிரஸ் ஷாப் owner, அவர் பேரு திவாகர்.

வீரா : அவருக்கு ஏன் ப்ரீத்திய பிடிக்காது.

வினய் : கமிஷன் பேசிஸ்ல ஆள் பிடிச்சு கொடுக்கறது, அது மூலமா ப்ரீத்திக்கு காசு கிடைக்கும், அதுல கொஞ்சம் அந்த டிரஸ் ஷாப் owner கூட எதோ சண்டைனு கேள்வி பட்டேன்.

வீரா : வேற என்ன தெரியும் உனக்கு.

வினய் : வேற எதும் தெரியாது சார்.

வீரா : ஆகாஷ் வீட்ல தான் இந்த murder நடந்தது, ஆகாஷ் இந்த கொலைய பண்ணிருப்பானா.

வினய் : வாய்ப்பு இல்ல சார், அவன் பண்ணி இருக்க மாட்டான். அவனுக்கு கொலை பண்ண எந்த காரணமும் இல்ல. அது மட்டும் இல்லாம, போலீஸ்க்கு இந்த கொலைய பத்தி தகவல் சொன்னதே அவன்தான்.

வீரா : ஓகே. உனக்கு தெரிஞ்ச யாரவது unicorn 160 வண்டி வச்சி இருக்காங்களா.

வினய் : இல்ல சார்.

வீராவும் முத்துவும், கிளம்புறாங்க. வீட்டு வெளிய வந்த போது, ஒருத்-தன் unicorn பைக் பிளாக்ல வரான், வந்து பைக் சாவிய வினய்

கிட்ட கொடுத்துட்டு, தேங்க்ஸ் மச்சான் உன் வண்டிய கொடுத்ததற்கு னு சொல்றான். வீராவும் முத்துவும் ஷாக் ஆகுறாங்க.

வீரா to வினய் : டேய் unicorn யாராவது வச்சு இருக்காங்களான்னு கேட்கும் போது, இல்லனு சொன்ன.

வினய் : சார் அது வந்து.

வீரா : அப்போ நீ தான் கொலைகாரனா. முத்து அவன் கைய பின்னாடி கட்டு.

வினய் : கைய விடுங்க சார், நான் கொலை பண்ணல, ஆனா ஆகாஷ் வீட்டுக்கு அன்னைக்கு போனது நான் தான்.

வீரா : எதுக்கு போன.

வினய் : யாருக்கும் தெரியாத விஷயம் ஒன்னு சொல்றேன், ஆகாஷ்க்கும் ப்ரீத்திக்கும் ஒரு தப்பான தொடர்பு இருந்தது.

வீரா : உனக்கு எப்படி தெரியும் அது.

வினய் : ஆகாஷ் தான் சொன்னான்.

வீரா : சரி நீ எதுக்கு ஆகாஷ் வீட்டுக்கு போன.

வினய் : ஆகாஷ்,வீட்ல இல்லனா, எங்க சாவி இருக்கும்னு எனக்கு தெரியும், அந்த சாவி எடுத்து வீட்டுக்குள்ள போயி, ஒரு கேமரா fix பண்ணி, ஆகாஷும், ப்ரீத்தியும் தப்பு பண்ண அப்போ வீடியோ எடுத்து, அத காட்டி ஆகாஷ் கிட்ட மிரட்டி காசு வாங்கலாம்னு நினைச்சேன். ஆகாஷ் ஒரு பணக்கார பையன், அதுனால இப்படி பண்ணலாம்னு நினைச்சேன். ஆனா அதுக்கு மாறா அன்னைக்கு ப்ரீத்தி செத்து கிடந்த உடனே பயந்து ஓடி வந்துட்டேன்.

வீரா : என்ன டா இவளோ கிரிமினலா யோசிக்கிற.

வினய் : சார் ஆனா நான் கொலை பண்ணல. நான் சொன்ன உண்மை எல்லாம் வெளில தெரிய வேணாம் சார், யாருக்கும் தெரியாது.

வீரா : இனிமே இப்படி பண்ற நினைப்பு கனவுல கூட வர கூடாது.

வினய் : கண்டிப்பா சார்.

7

அத்தியாயம் 07

காலேஜ் பசங்க சில பேரு, ப்ரீத்தி சாவுக்கு காரணமானவங்கள சீக்கிரம் கண்டு பிடிக்க கோரி போராட்டம் நடத்துறாங்க. அந்த போராட்டதுக்கு கலந்துக்க proffessor கலிங்க மூர்த்திய கூப்பிடுறாங்க காலேஜ் பசங்க.

ராகுல் to கலிங்க மூர்த்தி : மாஸ்டர் நீங்களும் இந்த போராட்டத்துல கலந்துக்கணும், ப்ரீத்தி உங்களுக்கு செல்ல பிள்ள மாதிரி.

கலிங்க மூர்த்தி : நான் கலந்துகிட்டா எனக்கு வேல போக கூட வாய்ப்பு இருக்குடா. நீங்க போங்க.

காலேஜ் பசங்க போராட்டத்து தொடர்ந்து பன்றாங்க. கொஞ்சம் நேரம் கழிச்சு proffessor கலிங்க மூர்த்தி திடிர்னு அந்த போராட்டத்துல கலந்துகிறார். காலேஜ் பசங்க அவர கட்டி பிடிச்சு அழ ஆரமிச்சிடு-றாங்க.

டிடெக்டிவ் வீராவும் முத்துவும் பேசிக்கிறாங்க.

வீரா : டேய் கேஸ்காக எதாவது கண்டுபிடினா, போன நோண்டிட்டு இருக்க.

முத்து : நான் உன்ன அதையே கேட்டா.

வீரா : டேய் நான் உன் பாஸ் டா, நீ என் அசிஸ்டன்ட்.

முத்து : இப்படியே சொல்லி சொல்லி என்ன இன்னைக்கு ஆபீஸ பெருக்க வச்சிட்ட.

வீரா : டெய்லி பெருக்க வரவன் இன்னைக்கு வரல, அதனால தான் டா உன்ன பெருக்க சொன்னேன். இவளோ ஏன் சில நாட்கள் நானே பெருக்கி இருக்கேன். நம்ம ஆபீஸ்.

முத்து : டேய் அண்ணா.

வீரா : டேய் ஆபீஸ்ல பாஸுன்னு தான் கூப்பிடனும்னு சொல்லி இருக்-கேன்.

முத்து : சாரி பாஸ். ஒரு அதிர்ச்சிகரமான விஷயம்.

வீரா : என்ன அது.

முத்து : செத்துப்போன ப்ரீத்தியோட முகத்தை கலாய்ச்சு யாரோ மீம்ஸ் போட்டு இருக்காங்க.

வீரா : இமேஜ் மீம்ஸா, இல்ல வீடியோ மீம்ஸா.

முத்து : வீடியோ மீம்ஸ்.

வீரா : எந்த youtube சேனல்னு பாரு.

முத்து : funnymeemz.

வீரா : அவங்க காண்டாக்ட் நம்பர் கீழ குடுத்து இருக்காங்களானு பாரு, advertisement காக கண்டிப்பா குடுத்து இருப்பாங்க.

முத்து : இருக்கு

வீரா : ஏன் என் மூஞ்ச பாக்குற, கால் பண்ணு.

கால் பண்ணி location வாங்கி நேர்ல பாக்குறாங்க. அந்த மீம்ஸ் create பண்ண ஆளு ஜானினு ஒரு பையன். அவன் கிட்ட வீரா பேசுறாரு.

ஜானி : சொல்லுங்க சார் என்ன வேணும்.

வீடியோவ காற்றாரு வீரா.

வீரா : இந்த மீம்ஸ் create பண்ணது யாரு.

ஜானி : நான்தான் சார்.

வீரா : அந்த பொண்ணு செத்துட்டான்னு தெரியுமா.

ஜானி : சாரி சார், எங்களுக்கு தெரியாது.

வீரா : இந்த மீம்ஸ யாரு உருவாக்க சொன்னது.

ஜானி : ஒரு பையன் வந்து கேட்டான், அவன் யாருனு எனக்கு தெரி-யாது. காசு கூட ஆன்லைன் transaction தான்

வீரா : போன் நம்பர் கூட இல்ல.

ஜானி : இல்ல.

வீரா : எப்போ இந்த மீம்ஸ் create பண்ண சொன்னாங்க.

ஜானி : ஒரு வாரம் முன்னாடி பண்ண சொன்ன வேல சார். இப்போ தான் பண்ணோம்.

வீரா : எவளோ வாங்குனீங்க காசு.

ஜானி : 25,000.

வீரா : ஓகே தேங்க்ஸ். அப்பறம் அந்த மீம்ஸ டெலீட் பண்ணிடுங்க. இல்லாட்டி உங்களுக்கு தான் பிரச்னை வரும்.

வீராவும் முத்துவும் பேசிக்குறாங்க.

முத்து : ஒரு மீம்ஸ்க்கு 25,000 மா. பேசாம meme creator ஆகிடலாம் போல தெரியுது.

வீரா : பேசாம போய்டு, நானாவது நிம்மதியா இருப்பேன்.

முத்து : என்ன விரட்டுரதுலே இருப்ப.

வீரா : சரி யாரு இந்த meme create பண்ண சொல்லி இருப்பா

முத்து : அந்த டிரஸ் ஷாப் owner திவாகர்.

வீரா : அவளோ பெரிய ஆளு இந்த மாதிரி சின்ன புள்ள தனமா பண்ணி இருக்க மாட்டான். இது காலேஜ் பசங்க யாரோ பண்ண வேல.

முத்து : ப்ரீத்திக்கு, காலேஜே friends தான், யாரனு தேடுறது.

வீரா : அவளோட கிளோஸ் friends ah first assemble பண்ணு.

வர்ஷினி, ஜானகி,வினய் மூணு பேரையும் விசாரிக்க கூப்பிடுறான் முத்து. வீரா மூணு பேரு கிட்டயும் பேசுறான்.

வீரா : அந்த மீம்ஸ create பண்ணி சொன்னது யாரு.

வினய் : என்ன மீம்ஸ் சார்.

வீரா : ப்ரீத்திய கலாய்ச்சு யாரோ மீம்ஸ் போட சொல்லி இருக்காங்க இந்த காலேஜ் பசங்க.

வினய் : அவளுக்கு ஊரே friends, இதுல யாருனு கண்டு புடிக்கறது.

வீரா : first கிளோஸ் friends உங்க கிட்ட இருந்து ஆரமிக்கலாம். எல்லாரும் உங்க போன குடுங்க.

எல்லாரும் தயங்கி தயங்கி குடுக்கறாங்க.

எல்லாத்தையும் செக் பண்ணிட்டு.வீரா, ஜானகி கிட்ட பேசுறான்.

வீரா to ஜானகி : உன் account ல இருந்து யாருக்கு 25,000 போய் இருக்கு. யாருக்கு போச்சு.

ஜானகி : எப்படி சொல்றிங்க.

வீரா : இந்த மெசேஜ் வச்சு தான் சொல்றேன். யாருக்கு அனுப்புன 25,000.

ஜானகி : அது வந்து.

வீரா : சொல்றியா போலீஸ கூப்பிடவா.

ஜானகி அழ ஆரமிச்சிடுறா.

ஜானகி : நான் தான் பண்ணேன், எனக்கு ப்ரீத்தி மேல பொறாமை அவளுக்கு இவளோ மாஸ் இருக்கறது பாத்து. அதுனால அவள அசிங்க படுத்த இப்படி பண்ணேன்.

வீரா : செத்தவங்கள இப்படி அசிங்க படுத்தரதா.

ஜானகி : இது அவ சாவறதுக்கு ஒரு வாரம் முன்னாடி பண்ணேன். ஆனா அவ சாவணும் நினைச்சது இல்ல.

வீரா : ஒரு வேல போலீஸ் வந்து உன்ன கேட்கலாம், கேட்டா நாங்க ஒன்னும் பண்ண முடியாது.

ஜானகி : சார் என்ன காப்பாத்துங்க.

வீரா : என்னால எதும் பண்ண முடியாது மா, சாரி. இது என் கைல இல்ல.

ஜானகி அழ ஆரமிச்சிடுறா. வினையும், வர்ஷினியும் அங்க இருந்து போயிடுறாங்க.

வீராவும் முத்துவும் பேசிட்டு இருக்காங்க.

முத்து : பாஸ் என்ன இந்த மீம்ஸ் பிரச்னை கேஸ்க்கு எதாவது lead தரும்னு பாத்தா. இப்டி சப்பையா முடிஞ்சு போச்சு.

வீரா : அப்டி தான் இருக்கும், நேரா போய் கொலைகாரண கண்டுபி-டிச்சிட முடியுமா.

முத்து : சரி அடுத்து யாரை விசாரிக்கறது.

வீரா : ஆகாஷ். இவன் மேல பெரிய சந்தேகம் இல்ல இருந்தாலும் இவன விசாரிக்கணும்.

வீராவும் ஆகாஷும் பேசிக்குறாங்க.

வீரா to ஆகாஷ் : நீ, ப்ரீத்தி கொலை நடக்கும் போது வீட்ல இல்லனு உன் வீட்டு பக்கத்து வீட்டு காரங்க சொல்லும் போது தெரிஞ்சிகிட்டேன். நீ வீட்ல இருந்து கிளம்பி அரை மணி நேரம் கழிச்சு தான் ப்ரீத்தி

வந்தானு தெரியும். நீ கண்டிப்பா இந்த கொலைய பண்ணலனு நான் நம்புறேன். நீ யாரு மேலயாது சந்தேக படுறியா.

ஆகாஷ் : டிரஸ் ஷாப் owner திவாகர் தான்.

சொல்லிட்டு ஆகாஷ் அழ ஆரமிக்குறான்.

வீரா : சரி நீ கிளம்பு.

8

அத்தியாயம் 08

வீராவும் முத்துவும், ப்ரீத்தியோட அம்மா அப்பா பாக்க போறாங்க.

வீரா to ப்ரீத்தி அம்மா : மேடம் நான் ஒரு டிடெக்டிவ். ப்ரீத்தி கேஸ் பத்தி விசாரிக்க வந்து இருக்கேன்.

ப்ரீத்தி அம்மா : போதும் சார், இப்போதான் போலீஸ்க்கு சொன்னோம், இப்போ நீங்க வேற.

வீரா : கொலையாளிய கண்டுபிடிக்கணும்ல மேடம். உங்க ஒத்துழைப்பு வேணும்.

ப்ரீத்தி அம்மா : உங்களுக்கு என்ன வேணும் கேளுங்க.

வீரா : ப்ரீத்தி சாவதற்கு முன்னாடி ஏதாச்சு சம்பவம் நடந்ததா.

ப்ரீத்தி அம்மா : இத போலீஸ் கிட்டயும் சொல்லியாச்சு. அவ சாவறுத்துக்கு முன்னாடி நாள், அந்த ட்ரஸ் ஷாப் owner திவாகர் , ப்ரீத்தி மேல உள்ள கோபத்துல 5 பேர அனுப்பி அடிக்க பாத்தேன். அப்போ ஏரியா ஆளுங்க சப்போர்ட் பண்ணதால, அவங்கலால ஒன்னும் பண்ண முடியாம போச்சு. கண்டிப்பா ப்ரீத்தி சாவுக்கு அந்த டிரஸ் ஷாப் owner திவாகர் தான் காரணம்.

வீரா : ஓகே மேடம். நாங்க விசாரிக்குறோம்.

வீராவும் முத்துவும் டிரஸ் ஷாப் owner திவாகர பாக்க போறாங்க. திவாகர் first மீட் பண்ண ஒத்துக்கல. அப்பறம் பேச ஒத்துக்கிட்டாங்க.

வீராவும் திவாகரும் பேசிக்கிறாங்க.

வீரா : சார் எல்லாரும் நீங்க தான் ப்ரீத்திய கொன்னதா சொல்ராங்க. எங்களுக்கும் அந்த சந்தேகம் இருக்கு.

திவாகர் : எத வச்சு நான் தான் கொலை பண்ணி இருப்பேன்னு நினைக்கிறீங்க.

வீரா : ப்ரீத்தி சாவரத்துக்கு முன்னாடி நாள், நீங்க அவளை அடிக்க ஆளு அனுப்பி இருக்கீங்க.

திவாகர் : என்ன வேடிக்கையா இருக்கு, அந்த பொண்ணுக்கு காலேஜ்ல அவளோ மாஸ், நான் அவள ஆள் வச்சு அடிச்சா, காலேஜ் பசங்க என்ன அடிச்ச கொல்ல மாட்டாங்கலா . அதும் எனக்கும் அவளுக்கும் பிரச்னை இருக்கும் போது இத நான் பண்ணா, நான் தான் பண்ணன்னு ஈசி ah புடிச்சிட மாட்டாங்களா

வீரா : அப்போ இத யாரோ உங்க மேல பழி போட பண்ணி இருக்-காங்கனு நினைக்கிறிங்களா.

திவாகர் : ஆமா.

வீரா : சரி சார் நாங்க கிளம்புறோம்.

வீராவும் முத்துவும் பேசிக்குறாங்க.

முத்து : திவாகர் சொல்றது எல்லாம் உண்மையா.

வீரா : உண்மைனு தான் தோணுது டா.
அவனுக்கு ப்ரீத்திக்கும் பிரச்னைனு எல்லாருக்கும் தெரியும், காலேஜ்க்கு தெரியும். அப்போ போய் அடிக்க ஆள் அனுப்பி இருப்பானா.

முத்து : அப்போ இத வேற யாரோ பண்ண வேல.

வீரா : ம்ம்.

வர்ஷினி, வீராவுக்கு கால் பண்ரா.

வர்ஷினி to வீரா : சார், உங்க கிட்ட ஒன்னு சொல்லணும்.

வீரா : சொல்லுமா.

வர்ஷினி : அன்னைக்கு ப்ரீத்திய அடிக்க 5 பேரு வந்தாங்கள, அவங்கல்ல ஒருத்தன என் வீட்டு கிட்ட பாத்தேன். அவன் பேரு கஜா வாம்

வீரா : எங்க, இதோ நான் வரேன்.

வர்ஷினி, வீரா கிட்ட கஜாவ ஆள் காட்டிட்டு போறா. காஜாவும் வீராவும் பேசிக்குறாங்க

கஜா : வா சார் என்ன வேணும் உனக்கு.

வீரா : நீ ப்ரீத்தினு ஒரு காலேஜ் பொண்ண அடிக்கறதுகாக போனியா.

கஜா : ஆமா. நீ யாரு போலீஸா.

வீரா : இல்ல.

கஜா : அப்பறம் ஏன் கேட்குற.

வீரா : யாரு உன்ன அடிக்க சொன்னாங்களோ, அவங்க பேர சொன்னா உனக்கு காசு தரேன்.

கஜா : சொல்றேன், சிவாஜி டிரஸ் ஷாப் owner, சிவாஜி தான் அடிச்சிட்டு திவாகர் கடை owner மேல பழிய போடா சொன்னான்.

வீரா : ஓகே தேங்க்ஸ்.

கஜா : சரி காசு குடு.

வீரா : முடிஞ்சா என்ன புடிச்சிக்கோ.

அப்படினு சொல்லிட்டு வீரா அங்க இருந்து ஓடி போய், முத்துவோட பைக்ல உட்கார்ந்து, பறந்துடுறான்.

வீராவும் முத்துவும் சிவாஜி கடை owner கிட்ட பேசுறாங்க. சிவாஜி கடைனா எதுனா, ப்ரீத்தி கடைசியா ஒரு கடைக்கு ரெண்டு காலேஜ customer ah புடிச்சு தந்து கமிஷன் வாங்குனல அந்த கடை தான்.

வீரா to சிவாஜி : சார், நான் நேரா விஷயத்துக்கு வரேன். ஏன் ப்ரீத்திய அடிக்க ஆளு அனுப்புனீங்க, அதையும் திவாகர் மேல பழி போட சொன்னிங்க.

சிவாஜி : ப்ரீத்தி எனக்கு நல்லது தான் பண்ணா, ஆனா நான் தான் பேராசை பட்டுட்டேன். மொத்தம் மூணு காலேஜ் நம்ம ஏரியால இருக்கு, அதுல ரெண்டு காலேஜ என் கடைக்கு customer ஆக்கிட்டா ப்ரீத்தி. அந்த மூணாவது காலேஜூம் எனக்கு customer ஆக்க ட்ரை பண்ணேன். ப்ரீத்திக்கு அங்க கொஞ்சம் காலேஜ் பசங்கள தெரியும், இருந்தும் அவ எனக்கு உதவி பண்ணல. அந்த மூணாவது காலேஜ் பசங்க, திவாகர் கடைக்கு போக கூடாதுனு நினச்சேன், அதுனால ப்ரீத்தி அடிக்க சொல்லி நானே ஆள் அனுப்பி அது திவாகர் கடைக்காரன் மேல பழிய போட்டேன், அப்போ தான் ப்ரீத்திக்கு திவாகர் மேல கோபம்

வந்து, அந்த மூணாவது காலேஜூம் திவாகர்க்கு customer ah போக கூடாதுனு நினைப்பா, எனக்கு அந்த காலேஜ் பசங்கள customer ஆக்குவா, நான் செழிப்பா இருக்கலாம்னு பாத்தேன்.

வீரா : ஓ இதுல அவளோ மாஸ்டர் பிளான் இருக்கா.

சிவாஜி : ஆனா நிஜமாவே ப்ரீத்திய நான் கொல்ல ல.

வீரா : உனக்கு அவளால வேல ஆகணும். நீ அவள கொன்னு இருக்க மாட்டேன்னு எனக்கு தோணுது. சரி நான் கிளம்புறேன்.

வீராக்கு, ப்ரீத்தி friend வினய் கால் பன்றான்.

வீரா to வினய் : சொல்லு பா.

வினய் : ப்ரீத்தி கேஸ் எப்படி போகுதுனு தெரிஞ்சிக்க தான் கால் பண்ணேன்.

வீரா : ஒரே குழப்பமா இருக்கு கேஸ். யாரு குற்றாவளினு கண்டு பிடிக்க.

வினய் : உங்களுக்கு எதுனா உதவி வேணும்னா என் கிட்ட சொல்லுங்க.

வீரா : எனக்கு ஒரு டவுட் இருக்கு, ப்ரீத்தி சாகுற அன்னைக்கு, அவ வீட்டுல இருந்து கிளம்பி ஆகாஷ் வீட்டுக்கு போயி இருக்கா, ஆகாஷ் வீட்டுக்கு போக 15 நிமிஷம் தான் ஆகும் ஆனா, அவ ஒரு மணி நேரம் கழிச்சு ஆகாஷ் வீட்டுக்கு வந்து இருக்கா நடுவுல யாரு வீட்டுக்கு போனானு தெரிஞ்சா இந்த கேஸ்க்கு உதவியா இருக்கும், ஏன் நடுவுல யாரை பாக்க போனாலோ அவங்களே ப்ரீத்திய கொலை பண்ணி இருக்கலாம். ஆகாஷ் வீட்டுக்கு வரதுக்கு முன்னாடி யாரை பாத்தாளோ, அவன் தான் கில்லரா கூட இருக்கலாம்.

வினய் : ஓகே சார் நான் யார பாக்க போனானு செக் பண்ணி சொல்-றேன்.

வீராவும் முத்துவும் அவன் ஆபீஸ்ல இருக்காங்க. முத்துவ பெருக்க விட்டாடுங்கனு பொலம்பிட்டே பெருக்கிட்டு இருக்கான். அப்போ proffessor கலிங்க மூர்த்தியும், போலீஸ் இன்ஸ்பெக்டரும் வீராவ பாக்க வராங்க.

வீரா : வாங்க proffessor, வாங்க இன்ஸ்பெக்டர், என்ன இந்த பக்கம்.

இன்ஸ்பெக்டர் : ப்ரீத்தி கேஸ்ல உங்க மூலமா எதுனா ஹெல்ப் கிடைக்-குமான்னு பாக்க தான் வந்தோம்.

வீரா : நானே என்ன பண்றதுனு தெரியாம இருக்கேன். சரி இருங்க உங்களுக்கு டீ போடுறேன்.

முத்து : proffessor ஏன் உங்களுக்கு இடுப்புல எதோ கொடைச்சிட்டு இருக்கு, என்ன அது.

வீரா போய் டீ போடுறான். போட்டுட்டு இருக்கும் போதே வினய் கிட்ட இருந்து கால் வருது ஸ்பீக்கர்ல போட்டு பேசிக்கிட்டே டீ போடுறான்.

வீரா : சொல்லு வினய்.

வினய் : ப்ரீத்தி ஆகாஷ் வீட்டுக்கு வரதுக்கு முன்னாடி யாரை பாத்-தாளோ, அவங்க கில்லரா இருக்கலாம்னு சொன்னிங்கள.

வீரா : ஆமா.

முத்து, proffessor கிட்ட பேசுறான்.

முத்து : proffessor உங்க இடுப்புல எதோ கொடைச்சிட்டு இருக்கு,

எழுந்து நில்லுங்க.

proffessor எழுந்து நிக்கிறாரு, அவர் இடுப்புல இருந்து ஒரு கத்தி விழுது.முத்து ஷாக் ஆகுறான்.

வினய் போன்ல பேசுறான்.

வினய் : சார், ப்ரீத்தி ஆகாஷ் வீட்டுக்கு போறதுக்கு முன்னாடி, proffessor கலிங்க மூர்த்திய பாக்க போய் இருக்கா.

வீராவும் ஷாக்கா proffessor கலிங்க மூர்த்திய பாக்குறான். proffessor கீழ விழுந்த கத்திய எடுத்து முத்து கழுத்துல வைக்குறாரு, வச்சிட்டு இந்த கேஸ விட்டுட்டு நீங்க ரெண்டு பேரும் விலகணும்னு சொல்லறாரு. வீரா சாதுரியமா proffessor தள்ளிவிட்டு, சண்டை போட்டு வீராவும் முத்துவும் சேர்ந்து proffessor கலிங்க மூர்த்தியும், இன்ஸ்பெக்டறையும் கை கட்டி போட்டுடுராங்க.

வீரா to கலிங்க மூர்த்தி : proffessor நீங்க தான ப்ரீத்திய கொன்னது.

கலிங்க மூர்த்தி : ஆமா.

வீரா : ஏன் கொன்னிங்க.

கலிங்க மூர்த்தி : ஏற்கனவே ஒரு பையன் தினேஷ்னு ஒருத்தன் காலேஜ் மாடில இருந்து விழுந்துட்டான் கேள்வி பட்டு இருப்பிங்க, உண்மைய சொல்லனும்னா அந்த பையன நான் தான் மாடில இருந்து தள்ளி விட்டேன். அவன் போதை பொருள் எடுக்கறது கேள்வி பட்டு மேல போனா, எல்லாம் பசங்களம் ஓடிட்டாங்க, அவன் மட்டும் போதையில என்ன போட்டு அடிச்சிட்டே இருந்தான், கோபத்துல தள்ளுனேன் கீழ விழுந்து செத்துட்டான்.இந்த விஷயம் கடைசியா ப்ரீத்தி என்ன பாக்க வந்த போது கண்டு பிடிச்சிட்டா. அதுனால அவள follow பண்ணி வந்தேன் ஆகாஷ் வீட்டுக்குள்ள போனா, நான் கொலை பண்ணிட்-டேன். அது ஆகாஷ் வீடுன்னு எனக்கு தெரியும், ஆகாஷயும் சேர்த்து

கொலை பண்ணலாம் நினச்சேன் ஆனா அவன் வீட்ல இல்ல.

வீரா : ப்ரீத்திக்கு எப்படி நீ தினேஷ கொன்ன மேட்டர் தெரியும்.

கலிங்க மூர்த்தி : வாட்ஸாப்ப்ல இந்த இன்ஸ்பெக்டர் ஒரு மெசேஜ் அனுப்புனாரு, இது மாதிரி தினேஷ் கொலை மேட்டர்ல எனக்கு இன்னும் காசு வேணும்னு. அந்த மெசேஜ் என் வீட்ல நான் பாத்ரூம்ல இருக்கும் போது படிச்சிட்டா ப்ரீத்தி.அந்த கொலைய accident ah மாத்துனதுக்கு ஹெல்ப் பண்ணது இன்ஸ்பெக்டர்.

வீரா : ப்ரீத்தி மெசேஜ படிச்சிட்டானு உனக்கு எப்படி தெரியும்.

கலிங்க மூர்த்தி : நான் பாத் ரூம்ல இருந்த வந்த போது திடிர்னு சொல்லாம ப்ரீத்தி கிளம்பி போய்ட்டா, அது மாதிரி எப்பவும் போமாட்டா. போன் எடுத்து பாத்தா இந்த இன்ஸ்பெக்டர் மெசேஜ் அனுப்பி வச்சி இருக்கான் அது read ஆகி இருந்துது. ப்ரீத்திய follow பண்ணி கொலை பண்ணேன்.

கலிங்க மூர்த்தியும், இன்ஸ்பெக்டறையும், இன்ஸ்பெக்டரோட மேல் அதிகாரிக்கிட்ட ஒப்படைச்சிட்டாங்க.

* 9 7 9 8 8 8 8 6 9 5 2 8 9 *
FCW - #0257 - 061026 - C0 - 203/127/4 - PB - 9798888695289 - Gloss Lamination